പഞ്ചകേദാരം

ഹരികുമാർ കരുണാകരൻ

തിരുവനന്തപുരം പോത്തൻകോടിനടുത്ത് നേതാജിപുരത്ത് കരുണാകരൻ നായരുടേയും ലളിതാമണി അമ്മയുടെയും മകൻ. ഗവൺമെന്റ് സെക്രട്ടേറിയറ്റ് ഉദ്യോഗസ്ഥൻ. ഹിമാലയ യാത്രകളിൽ സജീവം. ഹിമാലയ യാത്രാനുഭവങ്ങൾ ആനുകാലികങ്ങളിൽ എഴുതുന്നു.

ഭാര്യ: ശ്രീരേഖ

മകൻ: ഗൗതം ഹരി

വിലാസം:

ഹൃദയകുഞ്ജം

പഴിച്ചൻകോട്,

നേതാജിപുരം, ശാന്തിഗിരി, തിരുവനന്തപുരം

ഫോൺ: 9447019663

harikumarka@gmail.com

ഹരികുമാർ കരുണാകരൻ

പഞ്ചകേദാരം

(യാത്രാക്കുറിപ്പുകൾ)

മാക്സ് ബുക്സ്
കോട്ടയം
2021

വില: **180** രൂപ

Pancha Kedaram
By Harikumar Karunakaran
Malayalam Travelogue

Published by:-
Max books
Maxlive Media Solutions Pvt Ltd.
Muppathiyil Building, Muttambalom Post,
Kanjikuzhy, Kottayam 686 004
maxlivemediasolutions@gmail.com
Ph: 90740 98776, 73060 23373

Online Bookstore:
www.maxbooksonline.com

Printed in India
at Penta Offset, Kottayam

Edition:
First Editon July 2021
Copies: 1000

ISBN: 978-93-91085-07-0

ശിവചൈതന്യം നിറഞ്ഞു നിൽക്കുന്ന ഹിമാലയസാനുക്കളിലെ പഞ്ചക്ഷേത്രങ്ങൾ. ഇതിൽ വർഷം മുഴുവൻ തുറന്നിരിക്കുന്നത് കൽപ്പേശ്വർ മാത്രം. കേദാർനാഥ്, തുംഗനാഥ്, രുദ്രനാഥ്, മധ്യമഹേശ്വർ എന്നിവിടങ്ങളിലേക്കുള്ള യാത്ര അതീവദുഷ്ക്കരം. അത്തരമൊരു യാത്ര ഏതൊരാളുടെയും ജീവിതത്തെ ഊർജപ്രദായനിയാക്കും. അക്ഷരങ്ങളിലൂടെയുള്ള ഈ യാത്ര ദേശാടനമാണ്. ശിവശൈലങ്ങളായ പഞ്ചകേദാരങ്ങളുടെ നടവഴിയിലേക്ക് ആത്മബോധത്തിന്റെ തേജസ് ഉയർത്തിയ സഞ്ചാരം. ഹിമവൽശൃംഖങ്ങളെ പുണർന്നുള്ള ഈ തീർത്ഥയാത്ര അഭിമാനത്തോടെ അവതരിപ്പിക്കുന്നു.

അജീഷ്ചന്ദ്രൻ
പ്രസാധകൻ

സമർപ്പണം

യാത്രകൾക്ക് താങ്ങായ പ്രിയതമയ്ക്ക്,
ചിതറിയ ചിന്തകളെ കൂട്ടിയിണക്കിയ
പ്രിയ ചങ്ങാതി ദുർഗയ്ക്ക്,
സദാ കാക്കുന്ന മഹാഗുരു,
ഗുരു യോഗിരാജ് ബോധിക്ക്

അവതാരിക

'വാഗർഥാ വിവ സംപൃക്തൗ വാഗർഥപ്രതിപത്തയേ
ജഗതഃപിതരൗ വന്ദേ പാർവതീപരമേശ്വരൗ'

വിശ്വമഹാകവി കാളിദാസന്റെ 'രഘുവംശം' എന്ന മഹാകാവ്യം ആരംഭിക്കുന്നത് പാർവതീപരമേശ്വരന്മാരെ വന്ദിച്ചു കൊണ്ടാണ്. വാക്കും അർഥവുമെന്ന പോലെ യോജിച്ചിരിക്കുന്നവരും ലോകത്തിന്റെ മാതാപിതാക്കളുമായ പാർവതീപരമേശ്വരന്മാരെ വാക്കും അർഥവും നന്നായി അറിയുന്നതിനു വേണ്ടി ഞാൻ വന്ദിക്കുന്നു.

പഞ്ചബദരി, പഞ്ചകേദാരം, പഞ്ചകൈലാസം എന്നിങ്ങനെയുള്ള പരമപുണ്യസ്ഥലങ്ങൾ ഹിമാലയാത്രയെ പരമപവിത്രമാക്കുന്നതിൽ മുഖ്യപങ്ക് വഹിക്കുന്നു. ശ്രീ. ഹരികുമാറിന്റെ ഈ സാഹസികയാത്ര പഞ്ചകേദാരങ്ങളിലേക്കാണ്. സാഹസികയാത്രയെന്ന് പ്രത്യേകം എടുത്തു പറയാൻ കാരണമുണ്ട്. അതായത്, ഡൽഹിയിൽ നിന്ന് മോട്ടോർസൈക്കിളിൽ യാത്ര ചെയ്തിട്ടാണ് ഹരികുമാർ പഞ്ചകേദാരയാത്ര പൂർത്തീകരിച്ചത്; അതും 2018 സെപ്തംബർ മാസത്തിലെ ഒട്ടും അനുകൂലമല്ലാത്ത കാലാവസ്ഥയിൽ.

2003-ൽ പഞ്ചകേദാരങ്ങളിലേക്ക് നടന്നു യാത്ര ചെയ്തത് ഞാൻ ഈ അവസരത്തിൽ ഓർത്തുപോകുന്നു. 2005 ഏപ്രിൽ-മെയ് മാസത്തോടെ എന്റെ രണ്ടാമത്തെ രചന 'തപോഭൂമി ഉത്തരഖണ്ഡ്' പൂർത്തിയായപ്പോൾ ആ രചനയിൽ നിന്ന് മധ്യമഹേശ്വർ, തുംഗനാഥ്, രുദ്രനാഥ്, കൽപ്പേശ്വർ യാത്രകൾ ഞാൻ ഒഴിവാക്കുകയാണ് ഉണ്ടായത്. കാരണം, ഇതിനിടയിൽ പഞ്ചകേദാരയാത്രകൾ ഒന്നോ രണ്ടോ പുറത്തിറങ്ങി കഴിഞ്ഞിരുന്നു. മറ്റുള്ളവർ എഴുതിക്കഴിഞ്ഞ യാത്രകൾ ഞാൻ വീണ്ടും എഴുതുന്നതിൽ എനിക്കൊട്ടും താൽപര്യവുമില്ല. അതു കൊണ്ടാണ് കേദാർനാഥ് യാത്ര മാത്രം ഉൾക്കൊള്ളിച്ചത്. പിന്നെ, എന്റെ ചതുർഥാമ യാത്രയിൽ മറ്റു പല ദുർഘട യാത്രകളും ഉൾപ്പെടുത്തിയിട്ടുമുണ്ട്.

മോട്ടോർ സൈക്കിളിൽ യാത്ര ചെയ്തും നടന്നും ഈ യാത്രകൾ പൂർത്തീകരിച്ച ഹരികുമാറിനെ ഞാൻ സർവാത്മന അഭിനന്ദിക്കുന്നു. മലയാളി വായനാസമൂഹത്തിന് ഇതൊരു ഹൃദ്യമായ വായനാനുഭവമായിരിക്കുമെന്ന് ഉറപ്പാണ്. ആ ശക്തിയിൽ ഉറച്ച് വിശ്വസിച്ചു കൊണ്ട് ഈ രംഗത്ത് തുടരുക, എല്ലാ ഭാവുകങ്ങളും നേർന്നു കൊണ്ട്,

എം. കെ. രാമചന്ദ്രൻ

പുറപ്പാട്

ബൈക്കിൽ യമുനോത്രിയും പഞ്ചകേദാറും സന്ദർശിക്കുക എന്ന ആശയം ജ്യോതിച്ചേട്ടൻ എന്നോട് പങ്കുവെക്കുമ്പോൾ, ആദികൈലാസ യാത്ര കഴിഞ്ഞു ഞാൻ ഓഫീസിൽ തിരികെ പ്രവേശിച്ച് ഏതാനും ദിവസങ്ങളേ ആയിരുന്നുള്ളൂ. തിരുവനന്ത പുരം നഗരത്തിൽ ഏകദേശം അഞ്ചു കിലോമീറ്റർ വ്യത്യാസത്തിൽ താമസിക്കുന്നവരാണെങ്കിലും ഞങ്ങൾ കാണുന്നതും പരിചയപ്പെ ടുന്നതും മൂവായിരത്തി അഞ്ഞൂറിലധികം കിലോമീറ്ററുകൾപ്പുറത്തു ഹിമവാന്റെ മടിത്തട്ടിൽ ആദി കൈലാസ യാത്രാവഴിയിലെ ഗുഞ്ചി യിൽ വച്ചായിരുന്നു, അതും ഏതാനും ആഴ്ചകൾക്ക് മുമ്പ്. ഹിമാ ലയ പ്രണയികൾക്ക് കണ്ടുമുട്ടാൻ അതിലും മികച്ചൊരു സ്ഥലം വേറെ കാണില്ല.

പഞ്ചകേദാർ യാത്ര എന്ന മോഹം മനസ്സിൽ കൂടുകൂടിയിട്ടു കുറച്ചുകാലമായിരുന്നു. യാത്രയ്ക്ക് എന്നെയും കൂട്ടാമോ എന്നു ചോദിച്ചതിന് ചേട്ടന്റെ മറുപടി അനുകൂലമായിരുന്നെങ്കിൽപ്പോലും, പോകാൻ പറ്റുമെന്ന് എനിക്ക് തന്നെ ഉറപ്പില്ലായിരുന്നു. എന്നാൽ യാത്രാഭ്രമം പിടികൂടിയാൽ എപ്പോഴായാലും പോയിരിക്കുമെന്ന് നല്ലപാതിക്കു നല്ല നിശ്ചയമുണ്ടായിരുന്നതിനാൽ വലിയ തടസ്സം കൂടാതെ വീട്ടിൽ നിന്ന് അനുമതി കിട്ടി. ഒന്നുമല്ലെങ്കിലും ഒറ്റയ്ക്ക ല്ലല്ലോ എന്നു വിചാരിച്ചു കാണും. അങ്ങനെ മൺസൂണിന്റെ ശൗര്യം ശമിച്ചു തുടങ്ങുന്ന സെപ്തംബറിൽ രണ്ടാം ശനിയാഴ്ച യായ എട്ടിന് യാത്ര നിശ്ചയിച്ചു. ബുള്ളറ്റ് ബൈക്കുകൾ രണ്ട് പേർ ക്കുമുണ്ട്. അതിൽ താരതമ്യേന പുതിയ ക്ലാസിക്കിനെ ഞങ്ങളെ ചുമക്കാനുള്ള നിയോഗമേൽപ്പിച്ചു. രണ്ടാം തീയതി തന്നെ ബൈ ക്ക് ഡൽഹിയിലേക്കയച്ചു. പുറകെ അഞ്ചാം തീയതിയിലെ കേര ളാ എക്സ്പ്രസിൽ ജ്യോതിച്ചേട്ടനും പുറപ്പെട്ടു. ഞാൻ ഏഴാം തീയ

തി വൈകുന്നേരത്തെ വിമാനത്തിൽ ഡൽഹിയിൽ എത്താമെന്നും അതിനകം ലഗേജ് കാരിയർ ഒക്കെ പിടിപ്പിച്ചു റെഡിയാക്കുന്ന ബൈക്കിൽ പിറ്റേന്ന് അതിരാവിലെ യാത്ര ആരംഭിക്കാം എന്നുമായിരുന്നു പ്ലാൻ. എയർ ഇന്ത്യയും ഞാനുമായുള്ള നാൾപ്പൊരുത്തം അൽപ്പവും മെച്ചപ്പെട്ടിട്ടില്ല എന്ന് തെളിയിച്ചു കൊണ്ട് വിമാനം അവസാന നിമിഷം റദ്ദ് ചെയ്യപ്പെട്ടതിനാൽ എട്ടാം തീയതി വൈകുന്നേരമേ എനിക്ക് ഡൽഹിയിലെത്താൻ കഴിഞ്ഞുള്ളൂ.

ആകെ പതിനാറു ദിവസത്തെ ലീവാണുള്ളത്. അതിൽ ഒരു ദിവസം നഷ്ടപ്പെട്ടു കഴിഞ്ഞു. മടക്കയാത്രയ്ക്കു വേണ്ട ഒരു ദിനം കൂടി കണക്കാക്കിയാൽ യാത്രയ്ക്ക് വേണ്ടി ഇനി കൃത്യം രണ്ടാഴ്ച്ച മാത്രം. ഞാനും കൂടിയുള്ളത് കൊണ്ട് യാത്രയിൽ ഗോമുഖ് കൂടി ഉൾപ്പെടുത്തി ചതുർധാമ - പഞ്ചകേദാർ യാത്രയാക്കി മാറ്റിയിരുന്നു ചേട്ടൻ. ഉത്തരാഖണ്ഡിലെ ഗർവാൾ ഹിമാലയത്തിന്റെ പലഭാഗങ്ങളിലായി സ്ഥിതി ചെയ്യുന്ന യമുനോത്രി, ഗംഗോത്രി, ഗോമുഖ്, കേദാർനാഥ്, മദ് മഹേശ്വർ, തുംഗനാഥ്, രുദ്രനാഥ്, കൽപ്പേശ്വർ, ബദ്രിനാഥ് എന്നിവ പതിനാലു ദിവസത്തിനുള്ളിൽ സന്ദർശിക്കണമെങ്കിൽ, അത് ബൈക്കിലാണെങ്കിലും, പരമേശ്വരന്റെ അകമഴിഞ്ഞ കൃപ കൂടിയേ തീരൂ. പ്രതീക്ഷ കൈവിടാതിരിക്കുക തന്നെ. മുൻവർഷങ്ങളെക്കാൾ തീവ്രമായിരുന്ന മൺസൂൺ തകർത്തെറിഞ്ഞ റോഡുകളിൽ കൂടി, എപ്പോൾ വേണമെങ്കിലും ഇടിഞ്ഞു വീഴാവുന്ന മലകളുടെയും ഏതു മനുഷ്യ നിർമിതിയെയും നിമിഷനേരം കൊണ്ട് അപ്രത്യക്ഷമാക്കാൻ കഴിയുന്ന ഉരുൾ പൊട്ടലുകളുടെയും ഔദാര്യത്തിനു കീഴ്പെട്ടു മാത്രമേ ഓരോ ഹിമാലയ യാത്രയും പൂർത്തിയാക്കാൻ കഴിയൂ. കൂടെയൊരാൾ, അതും നിരന്തരമായ ഹിമാലയ യാത്രകൾ നടത്തുന്ന ആൾ, ഉള്ളതിനാൽ ഞാൻ മറ്റൊന്നിനെക്കുറിച്ചും വേവലാതിപ്പെട്ടില്ല എന്നതാണ് സത്യം.

യാത്ര തുടങ്ങുന്നതിന് മുമ്പ് ചെറിയൊരു പരിചയപ്പെടുത്തൽ ആകാമെന്ന് തോന്നുന്നു.

മഹാഭാരതവീരന്മാരായ പാണ്ഡവരുമായി ബന്ധപ്പെട്ട ഒരുപാട് സ്ഥലങ്ങൾ ഹിമാലയ പാർശ്വങ്ങളിൽ ചിതറിക്കിടപ്പുണ്ട്. അവയിൽ ഏറ്റവും പ്രസിദ്ധമായവയാണ് പഞ്ചകേദാർ ശിവക്ഷേത്രങ്ങൾ.

കുരുക്ഷേത്ര യുദ്ധത്തിൽ തങ്ങൾ നടത്തിയ ഭ്രാതൃഹത്യക്കും

ബ്രഹ്മഹത്യക്കുമുള്ള പ്രതിവിധി ശിവനെ ദർശിച്ച് അനുഗ്രഹം വാങ്ങുകയാണെന്ന ഉപദേശം ലഭിച്ച പാണ്ഡവർ കാശിയിൽ എത്തുന്നു. എന്നാൽ പാണ്ഡവർക്ക് ദർശനം നൽകാൻ താത്പ ര്യമില്ലാതിരുന്ന മഹാദേവൻ ഒരു കാളയുടെ രൂപത്തിൽ അവിടെ നിന്ന് അപ്രത്യക്ഷനായി. ആരാധ്യദേവനെ തേടി ഹിമാലയ സാനുക്കളിൽ അലഞ്ഞ പാണ്ഡവർ ഒടുവിൽ അസാധാരണ വലു പ്പമുള്ള കാളയുടെ രൂപത്തിൽ ശിവനെ കാണുന്നു. പാണ്ഡവരെ കണ്ട മഹാദേവൻ ഒരു കുഴിയിലൂടെ ഭൂമിക്കടിയിലേക്ക് മറഞ്ഞു. എന്നാൽ പൂർണമായും മറയുന്നതിന് മുന്നേ, കരുത്തനായ ഭീമ സേനൻ ചാടിവീണ് കാളയുടെ രൂപത്തിലുള്ള മഹാദേവന്റെ പിൻ കാലുകളിലും വാലിലും പിടിച്ചു. അതേത്തുടർന്നു നന്ദിയുടെ ശരീരത്തിന്റെ ഓരോ ഭാഗങ്ങൾ ഗർവാൾ ഹിമാലയത്തിന്റെ പല ഭാഗങ്ങളിലായി പ്രത്യക്ഷമായി എന്നും, അവിടങ്ങളിൽ ക്ഷേത്ര ങ്ങൾ കെട്ടി ശിവനെ പ്രാർത്ഥിച്ച് പാണ്ഡവർ പാപമുക്തി നേടി എന്നുമാണ് ഐതിഹ്യം. നന്ദിയുടെ മുതുകിലെ മുഴ പ്രത്യക്ഷമായ സ്ഥലമാണ് കേദാർനാഥ്. നാഭി മദ് (മധ്യ) മഹേശ്വറിലും നെഞ്ചും കൈകളും തുംഗ നാഥിലും മുഖം രുദ്രനാഥിലും ജട കൽപ്പേശ്വറി ലുമാണ് പ്രത്യക്ഷമായത്. ശിവൻ ഭൂമിക്കടിയിലേക്ക് മറഞ്ഞ സ്ഥലം പിൽക്കാലത്ത് ഗുപ്ത കാശി എന്ന പേരിൽ പ്രസിദ്ധ മായി. കാശിയിലും ഉത്തരകാശിയിലും ഉള്ളതുപോലെ അവിടെ യും ഒരു വിശ്വനാഥ ക്ഷേത്രമുണ്ട്. കേദാർനാഥ് യാത്രയിൽ ഗൗരികുണ്ടിനു മുമ്പുള്ള പ്രധാന നഗരമാണ് ഗുപ്തകാശി. ഋഷി കേശിൽ നിന്നുള്ള റോഡ് ഗുപ്തകാശിയിൽ വന്ന ശേഷമാണ് കേദാർനാഥിലേക്കും മറ്റു കേദാരങ്ങളിലേക്കും പോകുന്നത്.

ഹൈന്ദവവിശ്വാസ ധാരയെ പൊതുവെ ശൈവർ, വൈഷ് ണവർ, ശാക്തേയർ എന്നിങ്ങനെ അവരുടെ പ്രധാന ആരാധനാ മൂർത്തിയെ അടിസ്ഥാനപ്പെടുത്തി തരം തിരിച്ചിരിക്കുന്നു. യഥാർ ത്ഥ ചാർധാം യാത്ര ഇന്ത്യയുടെ നാലു മൂലകളിൽ ശങ്കരാചാര്യർ എട്ടാം നൂറ്റാണ്ടിൽ സ്ഥാപിച്ച ബദ്രിനാഥ്, പുരി, രാമേശ്വരം, ദ്വാരക എന്നിവിടങ്ങളിലേക്കുള്ളതാണ്. ഇവയിൽ രാമേശ്വരം ശിവനെയും മറ്റു മൂന്നിടങ്ങളും വിഷ്ണുവിനെയും ആരാധിക്കുന്നു. എന്നാൽ, ഹിമാലയ യാത്രികരെ സംബന്ധിച്ചിടത്തോളം ചാർധാം (ഛോട്ടാ ചാർധാം) എന്നാൽ ഗർവാൾ ഹിമാലയത്തിലെ യമുനോത്രി,

ഗംഗോത്രി, കേദാർനാഥ്, ബദ്രിനാഥ് എന്നിവയാണ്. ഇവയിൽ ശാക്തേയ ആരാധനാ കേന്ദ്രങ്ങളായ ഗംഗോത്രിയും യമുനോത്രിയും ഉത്തര കാശി ജില്ലയിലും ശൈവാരാധനാ കേന്ദ്രമായ കേദാർനാഥ് രുദ്രപ്രയാഗ് ജില്ലയിലും വൈഷ്ണവാരാധനാ കേന്ദ്രമായ ബദ്രിനാഥ് ചമോലി ജില്ലയിലുമാണ്. ഡൽഹിയിൽ നിന്ന് ആയിരത്തി ഇരുന്നൂറ് കിലോമീറ്ററിലധികം വണ്ടിയോടിക്കണം. കൂടാതെ യമുനോത്രി, ഗോമുഖ് എന്നിവിടങ്ങളിലേക്കും പഞ്ചകേദാരങ്ങളായ കേദാർനാഥ്, മദ്മഹേശ്വർ, തുംഗനാഥ്, രുദ്രനാഥ്, കൽപ്പേശ്വർ എന്നിവിടങ്ങിലേക്കും നടന്നു പോകേണ്ടതുണ്ട്. തുംഗനാഥിലേക്ക് അത് മൂന്നു കിലോമീറ്റർ ആണെങ്കിൽ രുദ്രനാഥിലേക്ക് പതിനെട്ടോ ഇരുപതോ ആണ്.

വൈകുന്നേരമാണ് ഡൽഹിയിലെത്തിയത്. അവിടെ മഴ പെയ്യുന്നുണ്ടായിരുന്നു. തലേദിവസത്തേക്കായിരുന്നു കേരളാ ഹൗസിൽ ബുക്കിങ്. എങ്കിലും അടുത്ത ദിവസം അതിരാവിലെ പോകും എന്ന് പറഞ്ഞപ്പോൾ ഒരു കിടക്ക അനുവദിച്ചു കിട്ടി. ജ്യോതിച്ചേട്ടൻ കാത്തു നിൽക്കുന്നുണ്ടായിരുന്നു. മഴ അൽപ്പം തോർന്നപ്പോൾ പുറത്തു പോയി ഒരു ഹെൽമറ്റ് വാങ്ങി. ഉത്തരാഖണ്ഡിൽ ബൈക്കിനു പിന്നിലിരിക്കുന്നവരും ഹെൽമെറ്റ് ധരിക്കണമെന്നത് നിർബന്ധമാണ്. അപകടകരമായ വഴിയിൽ പരമാവധി സുരക്ഷ സ്വയം സ്വീകരിക്കേണ്ടതും പ്രധാനമാണല്ലോ. തിരികെ വന്നു ബാഗുകൾ ബൈക്കിൽ സുരക്ഷിതമായി കെട്ടിവച്ചു. വസ്ത്രങ്ങൾ ബാഗിൽ കയറ്റുന്നതിന് മുമ്പ് ഒരു പോളിത്തീൻ സഞ്ചിയിൽ പൊതിഞ്ഞും ബാഗിനെ വീണ്ടും ഒരു പ്ലാസ്റ്റിക് ചാക്കിൽ കയറ്റിയും ഇടയ്ക്ക് പെയ്യാൻ സാധ്യതയുള്ള മഴയെ പ്രതിരോധിക്കാൻ സജ്ജമാക്കി.

ഇനി യാത്ര....

OO

9. 9. 18
ഹരിദ്വാർ

രാവിലെ അഞ്ചു മണിയോടെ ഹരിദ്വാറിലേക്കു പുറപ്പെടാനായിരുന്നു പ്ലാൻ എങ്കിലും ഇറങ്ങിയപ്പോൾ അഞ്ചര മണിയായി. നഗരനിരത്തുകൾ വിട്ടു ഹൈവേയിലേക്കു കടന്നതോടെ 80 കിലോമീറ്റർ വേഗമാർജിച്ചു. ഡൽഹിയിൽ നിന്നു ഹരിദ്വാറിലേക്ക് 240 കിലോമീറ്ററാണ് ദൂരം. മീററ്റിന് മുമ്പ് കുറേദൂരം റോഡ് മോശമായിരുന്നു. ഒപ്പം അപാരമായ വാഹനത്തിരക്കും. അവിടം പ്രയാസപ്പെട്ട് കടന്നു. ഈ ഹൈവേ മുസഫർനഗറിലേക്ക് നയിക്കുന്നു. റോഡിന് ഇരുവശവും വിശാലമായ കരിമ്പിൻ തോട്ടങ്ങൾ. ഇടയ്ക്ക് കൈത്തെറ്റു പോലെ ഒറ്റപ്പെട്ട നെൽപ്പാടങ്ങൾ. എങ്കിലും അവ കരിമ്പിൻ തോട്ടങ്ങളുടെ ആവർത്തന വിരസത കുറച്ചു തന്നു. റോഡിൽ ട്രാക്ടറുകൾ, എണ്ണക്കറുപ്പാർന്ന കൂറ്റൻ പോത്തുകൾ വലിക്കുന്ന വണ്ടികളിൽ കരിമ്പും പുല്ലും കൊണ്ടുപോകുന്ന കർഷകർ. ഇടവിട്ടു കടന്നു വരുന്ന ചെറുഗ്രാമങ്ങൾ, കുഞ്ഞു പട്ടണങ്ങൾ. മുസഫർനഗർ യുപിയിലെ വലിയ ജില്ലകളിലൊന്നാണ്. പൊതുവെ മുസ്ലിം ഭൂരിപക്ഷ പ്രദേശമായ മുസഫർ നഗർ നഗരത്തിലൂടെയാണ് ഹൈവേ കടന്നു പോകുന്നത്. ഗംഗാ യമുന തടത്തിലുള്ള ഈ പ്രദേശം വളരെ ഫലപുഷ്ടമാണ്. വണ്ടി മുസഫർ നഗറിന്റെ ഒരു ഭാഗം എത്തിയപ്പോൾ ജ്യോതിച്ചേട്ടൻ പറഞ്ഞു, ഇവിടെയാണ് കലാപം നടന്നത്. ഒരു സംഘം മുസ്ലിങ്ങൾ ഹൈന്ദവരെ വളഞ്ഞ് ആക്രമിക്കുകയായിരുന്നത്രെ! മുസഫർ നഗർ കലാപത്തെ സംബന്ധിച്ചു കുറെ വായിച്ച അറിവുണ്ടായിരുന്നു എങ്കിലും ഞാനൊന്നും മിണ്ടിയില്ല. അപ്പോൾ ചേട്ടൻ പറഞ്ഞു, അതുകഴിഞ്ഞുള്ള തെരഞ്ഞെടുപ്പിൽ ഇവിടെ ബിജെപി സ്ഥാനാർഥി

യാണ് ജയിച്ചതെന്ന്. ഞാനത് വായിച്ചിരുന്നു. നിഷ്പക്ഷമായി തെരഞ്ഞെടുപ്പ് നടത്തിയാൽ എതിർപക്ഷം നിഷ്പ്രയാസം ജയിക്കുമെന്നുള്ളിടത്തെല്ലാം അക്രമത്തിലൂടെ ഭയം വിതച്ചു വിജയം കൊയ്യുന്നതിന് അനേകം സാക്ഷ്യങ്ങൾ ഉള്ളപ്പോൾ ഇതൊന്നും അറിയാതിരിക്കുക വയ്യല്ലോ!

വണ്ടി ഞങ്ങൾ മാറിമാറി ഓടിച്ചു. മുസഫർ നഗർ കഴിഞ്ഞാൽ അടുത്ത പ്രധാന നഗരം ഉത്തരാഖണ്ഡിലെ റൂർകീ ആണ്. ഇതിനിടയ്ക്ക് ഹൈവേ ഉത്തർപ്രദേശ് കഴിഞ്ഞു ഉത്തരാഖണ്ഡിൽ പ്രവേശിച്ചത് ഞങ്ങൾ അറിഞ്ഞിരുന്നില്ല. ചേട്ടൻ ഹരിദ്വാറിൽ ഇലക്ട്രിക്കൽ കമ്പനിയുള്ള മലയാളിയായ പ്രകാശിനെ വിളിച്ചിരുന്നു. അവർ പഴയ സുഹൃത്തുക്കളാണ്. എയർപോർട്ടിലേക്ക് പോകുന്ന വഴിയിൽ പ്രകാശ് ഞങ്ങളെ റൂർക്കിയിൽ സന്ധിച്ചു. പോകുന്ന വഴിയിൽ കമ്പനിയുടെ താമസസ്ഥലത്ത് തങ്ങണമെന്നും അന്നവിടെ കൂടാമെന്നും പറഞ്ഞു. പക്ഷേ, പിറ്റേന്ന് അതിരാവിലെ യമുനോത്രിയിലേക്ക് പോകാൻ ഹരിദ്വാറിൽ തന്നെ തങ്ങുന്നതാണ് നല്ലത് എന്നതിനാൽ അവിടെ അയ്യപ്പ ക്ഷേത്രത്തിൽ തങ്ങാൻ സൗകര്യമൊരുക്കണമെന്നു ചേട്ടൻ പറഞ്ഞതനുസരിച്ചു പ്രകാശ് അയ്യപ്പക്ഷേത്ര കാര്യക്കാരൻ കൃഷ്ണേട്ടനെ വിളിച്ച് കാര്യങ്ങൾ ഏർപ്പാടാക്കി. എന്തായാലും കമ്പനിയിൽ കയറി ഉച്ചഭക്ഷണം കഴിഞ്ഞിട്ടു പോയാൽ മതിയെന്ന് അദ്ദേഹം നിർബന്ധിച്ചതോടെ ഞങ്ങൾ ഹരിദ്വാർ ടൗണിലേക്കുള്ള വഴിയിൽ നിന്ന് അൽപ്പം മാറിയുള്ള കമ്പനിയിൽ 11 മണിയോടെ എത്തി. അവിടെയും ജ്യോതിച്ചേട്ടന് ധാരാളം സുഹൃത്തുക്കൾ ഉണ്ടായിരുന്നു. ഇലക്ട്രിക്കൽ ബോർഡുകളുടെ നിർമ്മാണമാണ് കമ്പനി നടത്തുന്നത്. നിറയെ പണിയും ധാരാളം ജോലിക്കാരുമുണ്ട്. പലരും മലയാളികൾ. മറ്റൊരു സുഹൃത്ത് മഹേഷ് വീട്ടിൽ നിന്ന് കൊണ്ടുവന്ന കറികൾ കൂട്ടി ഊണ് കഴിച്ചു. ഇതിനകം കുറച്ചു സമയം സുഖമായി ഉറങ്ങി. തലേരാത്രി ഉറക്കം സുഖമായിരുന്നില്ല. രണ്ടു മാസം മുമ്പ്, ഓടുന്ന വാഹനത്തിൽ നിന്നു വീണു ചതഞ്ഞ വലതു കൈ ഇപ്പോഴും ശല്യപ്പെടുത്തുന്നുണ്ട്. ചേട്ടൻ ഇന്നലെ രാത്രി ഉറങ്ങിയതേയില്ല എന്നാണ് പറഞ്ഞത്.

ഊണ് കഴിഞ്ഞു മഹേഷിനോടും മറ്റുള്ളവരോടും യാത്ര പറഞ്ഞു മൂന്നു മണിയോടെ ഹരിദ്വാറിലേക്ക് തിരിച്ചു. പോകുന്ന വഴി

യിൽ റോയൽ എൻഫീൽഡിന്റെ ഷോറൂമിൽ കയറി, ട്രെയിൻ യാത്രയിൽ നഷ്ടപ്പെട്ട ബൈക്കിന്റെ വലതു റിയർവ്യൂ മിറർ വാങ്ങി ഘടിപ്പിച്ചു. ഹരിദ്വാറിൽ റെയിൽവേ സ്റ്റേഷൻ കഴിഞ്ഞാൽ അതിന് എതിരെയുള്ള ഒരു ഇടുങ്ങിയ തെരുവിലാണ് അയ്യപ്പ ക്ഷേത്രം. അവിടെ മുറി ഒഴിവില്ലാത്തതിനാൽ തൊട്ടടുത്തുള്ള ഒരു ഹോട്ടലിൽ ഒരു മുറി കൃഷ്ണേട്ടൻ തന്നെ ഏർപ്പാടാക്കി. 600 രൂപ വാടക. അത്യാവശ്യ സൗകര്യങ്ങളുള്ള മുറിയായിരുന്നു. അപ്പോൾ നാലുമണിയായിരുന്നു. വണ്ടിയിൽ നിന്നു ബാഗൊക്കെ അഴിച്ചു മുറിയിൽ വച്ചശേഷം നാലരയോടെ ഞങ്ങൾ പ്രസിദ്ധമായ ഗംഗാ ആരതി കാണാൻ ഹർ കി പൗറി ഘട്ടിലേക്ക് തിരിച്ചു. രണ്ടര കിലോമീറ്റർ ഉള്ളത് സൈക്കിൾ റിക്ഷയിൽ പോകാം എന്നാണ് ആദ്യം കരുതിയതെങ്കിലും എന്തുകൊണ്ടോ ഞങ്ങൾ നടന്നു. സാമാന്യം വീതിയുള്ള റോഡാണെങ്കിലും വഴിയോര കച്ചവടക്കാർ കൈയേറി അതിനെ ഇടുങ്ങിയ വഴിയാക്കി മാറ്റിയിരുന്നു. അതു പോരാഞ്ഞ് ധാരാളം കാൽനടക്കാർ. ഇരുവശവും നിറയെ കടകൾ. തിങ്ങി നിറഞ്ഞ ജനങ്ങൾക്കിടയിലൂടെ കുതിരവണ്ടികൾ, ഓട്ടോ റിക്ഷകൾ, സൈക്കിൾ റിക്ഷകൾ, ഇരുചക്ര വാഹനങ്ങൾ എന്നിവ തലങ്ങും വിലങ്ങും പായുന്നു. ഒപ്പം അലസഗമനം നടത്തുന്ന ഗോമാതാക്കൾ, കുട്ടികൾ. ഇതിനിടയിലൂടെ പ്രയാസപ്പെട്ടു നടക്കുമ്പോൾ മുന്നിലൊരു ആൾക്കൂട്ടം. പിന്നിൽ അലങ്കരിച്ച ഒരു പിടിയാന നടന്നു വരുന്നു. കാഴ്ചക്കാരിൽ നിന്നു ദക്ഷിണകൾ സ്വീകരിച്ചു ആനപ്പുറത്തിരിക്കുന്നയാൾക്കു നൽകുന്നു. തുടർന്ന് അനുഗ്രഹം പോലെ തുമ്പിക്കൈ ഉയർന്നു താഴുന്നു. പിന്നാലെ കീർത്താനാലാപനത്തോടെ ഘോഷയാത്രയായി നടന്നു വരുന്ന ഹരേകൃഷ്ണ പ്രസ്ഥാനക്കാർ. മൈക്കും അലങ്കരിച്ച വാഹനങ്ങളും നൃത്തവാദ്യങ്ങളും ഒക്കെയായി ആകെയൊരു ബഹളം. പ്രസാദ വിതരണവുമുണ്ട്. അതു കൈപ്പറ്റാനുള്ള തിരക്കാണ് ഏറെയും. ഒപ്പം പ്രസ്ഥാനത്തിലെ യൂറോപ്യൻ പ്രതിനിധികളുടെ ഒപ്പം നിന്നു ഫോട്ടോ എടുക്കാനുള്ളവരുടെ തിരക്കും.

ഇതൊക്കെ മറികടന്നു ഞങ്ങൾ ഗംഗയുടെ തീരത്തെത്തി. ഹരനിലേക്ക്, അഥവാ ശിവനിലേക്കുള്ള പ്രവേശന കവാടം എന്ന അർത്ഥത്തിൽ ഹർദ്വാർ എന്ന് ശൈവരും ഹരിയിലേക്ക് അഥവാ വിഷ്ണുവിലേക്കുള്ള പ്രവേശന കവാടം എന്ന അർത്ഥത്തിൽ ഹരി

ദ്വാർ എന്നു വൈഷ്ണവരും വിളിക്കുന്ന പുരാണ പ്രസിദ്ധമായ ഈ പുണ്യനഗരത്തിലാണ് സഗരന്റെ പ്രപൗത്രനായ ഭഗീരഥന്റെ പ്രാർത്ഥന കേട്ട് കപില മഹർഷിയുടെ ശാപത്തിൽ ചാമ്പലായിപ്പോയ 60,000 സഗരപുത്രന്മാരുടെ മോക്ഷത്തിനായി ശിവൻ ഗംഗയെ തന്റെ ജടയിൽ നിന്നു മോചിപ്പിച്ചത് എന്നു വിശ്വസിക്കപ്പെടുന്നു. ഹൈന്ദവമതത്തിലെ വിവിധ വിഭാഗങ്ങളും ജൈന ബുദ്ധ സിഖ് മതസ്ഥരും ഒരുപോലെ പുണ്യനഗരമായി കാണുന്ന, പുരാണങ്ങളിൽ മായാപുരി, കപിലസ്ഥാന, ഗംഗാദ്വാർ എന്നിങ്ങനെയും പേരുകളുള്ള ഹരിദ്വാറിലാണ് ഗോമുഖിൽ നിന്നുത്ഭവിക്കുന്ന ഗംഗ 253 കിലോമീറ്റർ ദൂരം ആസ്വദിച്ച ഹിമവാന്റെ സംരക്ഷണം ഉപേക്ഷിച്ചു വിശാലമായ സമതലത്തിലേക്കു പ്രവേശിക്കുന്നത്. കേദാർനാഥ്, ബദ്രിനാഥ്, ഗംഗോത്രി, യമുനോത്രി, ഹേമകുണ്ട് സാഹിബ് എന്നിവിടങ്ങളിലേക്കൊക്കെയുള്ള പ്രവേശന കവാടം തന്നെയാണ് ഹരിദ്വാർ. ഹൈന്ദവ വിശ്വാസമനുസരിച്ച് ഏഴു പുണ്യനഗരങ്ങളിലൊന്നാണ് ഹരിദ്വാർ. അയോധ്യ, മധുര, കാശി, കാഞ്ചി, അവന്തിക, ദ്വാരക എന്നിവയാണ് മറ്റുള്ളവ. ഇളയമ്മയായ കദ്രുവിൽ നിന്നു സ്വമാതാവായ വിനതയുടെ മോചനത്തിനായി ഗരുഡൻ ദേവന്മാരിൽ നിന്ന് അമൃതകുംഭം കൈക്കലാക്കി കൊണ്ടുവരുന്ന വഴി അമൃത് തുളുമ്പി വീണ നാലു ദേശങ്ങളിൽ ഒന്നാണ് ഹരിദ്വാർ എന്നും വിശ്വസിക്കപ്പെടുന്നു. ഉജ്ജയിനി, നാസിക്, പ്രയാഗ് (അലഹബാദ്) എന്നിവയാണ് മറ്റുള്ളവ. പന്ത്രണ്ട് വർഷം കൂടുമ്പോഴുള്ള ഹരിദ്വാർ കുംഭമേള, അമൃതകുംഭം തുളുമ്പിയതിന്റെ ആഘോഷമാണ്.

അമൃത് വീണ ബ്രഹ്മകുണ്ഡ് ഹർ കി പൗറിയിലാണ്. അവിടെ സ്നാനം ചെയ്തു പാപമോക്ഷം നേടുന്നതിനായി ദിവസേന പതിനായിരങ്ങൾ ഹരിദ്വാർ സന്ദർശിക്കുന്നു.

നഗരത്തോടു ചേർന്ന ഗംഗയുടെ വശം മുഴുവൻ പല തരത്തിലുള്ള നിർമാണങ്ങളാണ്. തീരത്തോടു ചേർന്ന് ഗംഗാമാതാ ക്ഷേത്രം. നദിയിലെ സ്നാന ഘട്ടങ്ങളിലേക്കിറങ്ങുന്ന പടിക്കെട്ടുകൾ. ഗംഗ ഇവിടെ പല കൈവഴികളായാണ് ഒഴുകുന്നത്. ഉള്ളിലെ കൈവഴികളിലേക്ക് ഇറങ്ങുന്നതിന് പാലങ്ങൾ. ഹർ കി പൗറിക്ക് എതിർവശത്ത് നദിക്ക് അക്കരെ പാർക്കിൽ ഋഷികേശിലേക്കുള്ള വഴിയിലേക്ക് തിരിഞ്ഞു നിൽക്കുന്ന, 15 അടിയെങ്കിലും ഉയരമുള്ള

ശിവപ്രതിമ. നദിയിൽ നിർമിച്ച താമരയിൽ സൗന്ദര്യ ബോധം കുറഞ്ഞ ശിൽപ്പി കൊത്തിവച്ച ലക്ഷ്മീരൂപം. ഗംഗയുടെ കൈവഴികൾക്കിടയിലുള്ള തിട്ടകൾ സാമാന്യം വീതിയിൽ ഉയർത്തി കോൺക്രീറ്റ് ചെയ്തിട്ടുണ്ട്. അവിടേക്കെത്താൻ പടിക്കെട്ടുകളും പാലങ്ങളുമുണ്ട്. സാമാന്യം വൃത്തിയുള്ള സ്ഥലം. മറുവശത്ത് നദിയിലേക്ക് ഇറങ്ങാതിരിക്കാൻ വേലി കെട്ടിയിട്ടുണ്ട്. കുട്ടികളും ചെറുപ്പക്കാരും വൃദ്ധരുമൊക്കെ കലങ്ങിയ ജലത്തിൽ ആഘോഷപൂർവം സ്നാനം ചെയ്യുന്നു. ചിരിച്ചാർക്കുന്ന ചെറുപ്പക്കാർ. സുരക്ഷാവടങ്ങളിൽ തൂങ്ങിക്കിടന്നു മുങ്ങുന്ന കുട്ടികളും ചെറുപ്പക്കാരും മധ്യവയസ്കരും. വെള്ളത്തിൽ ഇറങ്ങാതെ കരയിലിരുന്നു കൈയിൽ ജലമെടുത്തു ദേഹമാകെ തളിച്ചു പാപം കഴുകി കളയുന്നവർ. തീരെ ചെറിയ കുട്ടികളെ അവരുടെ പ്രതിഷേധം വകവെക്കാതെ വെള്ളത്തിൽ മുക്കിയെടുക്കുന്ന അമ്മമാർ. ഫോട്ടോ എടുക്കാൻ വേണ്ടി വലിയ വായിൽ കരയുന്ന അതേ കുഞ്ഞിനെ വീണ്ടും മുക്കിയെടുക്കുന്നതും കണ്ടു. ഇതിനിടയിൽ ഇലത്താലത്തിൽ കത്തിച്ചു വിടുന്ന ചെറു ആരതികൾ ഓളങ്ങളിൽ ആലോലമാടി കുറേദൂരം ഒഴുകി ചെറു ചുഴികളിൽ വട്ടം ചുറ്റി മുങ്ങിപ്പോകുന്നു. കഴുകിക്കളയാൻ പാപമൊന്നുമില്ലാത്തതിനാൽ ഞങ്ങൾ സ്നാനം ചെയ്യാൻ നിന്നില്ല. ഹരിദ്വാറിനും ഋഷികേശിനും മുമ്പ് ദേവപ്രയാഗിൽ വച്ചാണ് ഭാഗീരഥിയും അളകനന്ദയും ചേർന്ന് ഗംഗയായി പരിണമിക്കുന്നത്. ഋഷികേശിലേതു പോലെ തന്നെ പ്രസിദ്ധമാണ് ഹരിദ്വാറിലെ ഗംഗാ ആരതിയും.

ആദ്യ സിഖ് ഗുരു നാനാക്ക് ദേവ് ഇവിടം സന്ദർശിച്ചു സ്നാനം ചെയ്തതിനാൽ സിഖുകാർക്കും ഇവിടം തീർത്ഥാടന കേന്ദ്രമാണ്. ആരതിയുടെ സമയമടുക്കുന്ന മുറയ്ക്ക് എല്ലായിടവും ജനങ്ങൾ തിങ്ങി നിറഞ്ഞു. ആരതിക്കു മുമ്പായി നീണ്ട പ്രാർത്ഥനയും പ്രതിജ്ഞയുമുണ്ട്. ഗംഗയെ ഒരു കാരണവശാലും മലിനപ്പെടുത്തില്ല എന്നൊക്കെയാണ് പ്രതിജ്ഞ. കൊട്ടിഘോഷിച്ചുള്ള ഗംഗാ ആരതികൾ തന്നെയല്ലേ ഗംഗയെ ഏറ്റവും മലിനപ്പെടുത്തുന്നത് എന്നു വിളിച്ചു ചോദിക്കാൻ തോന്നി. പ്രതിജ്ഞയ്ക്കു ശേഷം ആരതിക്കു മുമ്പായി പിരിവുണ്ട്. യൂണിഫോമിലുള്ള സെക്യൂരിറ്റി ജീവനക്കാർക്കാണ് അതിന്റെ ചുമതല. ആരതി സ്പോൺസർ ചെയ്യുന്നതിന്റെ പുണ്യങ്ങൾ വിളിച്ചു പറഞ്ഞാണ് പിരിവ് ചോദിക്കു

ന്നത്. ധാരാളം പേർ പണം നൽകുന്നുണ്ട്. നൂറോ അതിൽ കൂടുതലോ കൊടുക്കുന്നവർക്ക് രസീത് കിട്ടും. ഗംഗാ ആരതി അര മണിക്കൂറോളം നീണ്ടു നിൽക്കുന്ന ആചാരമാണ്. തീരത്തുള്ള ക്ഷേത്രത്തിൽ നിന്നു മൂർത്തിയെ എഴുന്നള്ളിച്ച് ഗംഗയിൽ സ്നാനം ചെയ്യിച്ച ശേഷമാണ് ക്രമപ്രകാരമുള്ള ചടങ്ങുകൾ തുടങ്ങുന്നത്. ധാരാളം തട്ടുകൾ ഉള്ള വിളക്കുകൾ കൊണ്ടുള്ള അവസാന ചടങ്ങാണ് ഏറ്റവും ആകർഷകം. അതോടൊപ്പം ആൾക്കൂട്ടത്തിനിടയിൽ നിന്നു ചെറുതും വലുതുമായ അനേകം ആരതികൾ ജലത്തിലൊഴുക്കി ഗംഗയെ ആരാധിക്കുന്നു. ആരതി കഴിഞ്ഞു തിരക്കൊഴിയുമ്പോൾ കുറച്ചു സമയം തീരത്ത് ചെലഴിക്കാം എന്നു കരുതിയെങ്കിലും തിരക്ക് കുറയുന്ന ലക്ഷണമൊന്നും കാണാത്തതിനാൽ ഞങ്ങൾ മുറിയിലേക്ക് മടങ്ങാൻ തീരുമാനിച്ചു.

വർദ്ധിച്ച പുരുഷാരവത്തിനിടയിലൂടെ നടന്ന് ഞങ്ങൾ ഹോട്ടലിൽ തിരിച്ചെത്തി. അതിനു മുമ്പ് പുറത്തൊരു കടയിൽ നിന്ന് ദോശ കഴിച്ചു. ദോശ തരക്കേടില്ല. സാമ്പാറും ചമ്മന്തിയും എന്നു പറഞ്ഞു തന്ന സാധനങ്ങൾ എന്താണെന്ന് മാത്രം മനസ്സിലായില്ല. മുറിയിലെത്തി നല്ലൊരു കുളി കുളിച്ച് അഞ്ചു മണി വരെ സുഖമായി ഉറങ്ങണമെന്നു നിശ്ചയിച്ചു കിടക്കയിലേക്കു വീണു.

○○

10.9.18
യമുനോത്രിയിലേക്ക്

അഞ്ചരയോടെ പുറപ്പെടണം എന്നായിരുന്നു ഇന്നലത്തെ തീരുമാനമെങ്കിലും തയ്യാറായി വണ്ടിയിൽ ലഗേജൊക്കെ വച്ചു കെട്ടി അയ്യപ്പ ക്ഷേത്രത്തിൽ തൊഴുത് ഒരു ചായയും കുടിച്ച് യാത്ര പുറപ്പെട്ടപ്പോൾ സമയം 6.15. ഗൂഗിൾ മാപ്പ് നോക്കി നഗരത്തിനു പുറത്തുകടന്നു. ഋഷികേശിലേക്കുള്ള വഴിയേ ആണ് പോകേണ്ടത്. 240 കിലോമീറ്ററിലധികം ദൂരമുണ്ട്. നദിക്കു കുറുകെയുള്ള പാലം കടന്ന് പാർക്കിലെ ശിവ ശിൽപ്പത്തിന്റെ ചിത്രങ്ങൾ പകർത്തി ഞങ്ങൾ മുന്നോട്ടു പോയി. രാജാജി ടൈഗർ റിസർവിന് ഉള്ളിലൂടെയുള്ള ഹൈവേ വഴിയാണ് യാത്ര. എങ്കിലും റോഡിലെ പൊടിക്ക് കാര്യമായ കുറവൊന്നുമില്ല. ഇടയ്ക്ക് പെയ്ത ചെറിയ മഴ അൽപ്പം അസൗകര്യം സൃഷ്ടിച്ചെങ്കിലും പൊടിയിൽ നിന്ന് ആശ്വാസം നൽകി. ഡെറാഡൂൻ കടന്ന് മസ്സൂറി വഴി യമുന ബ്രിഡ്ജ് താണ്ടി ബർക്കോട്ട് പിന്നിട്ട് സ്യാനച്ഛട്ടി വഴിയാണ് ഞങ്ങൾക്ക് പോകേണ്ടത്. ഋഷികേശ് കയറാതെ ഞങ്ങൾ ഡെറാഡൂണിലേക്കുള്ള റോഡ് തെരഞ്ഞെടുത്തു. പക്ഷേ, ഡെറാഡൂണിൽ എത്തുന്നതിന് ഏതാനും കിലോമീറ്റർ മുമ്പ് എതിർവശത്തേക്ക് മസ്സൂറി സൈൻ ബോർഡ് കണ്ടു. അടുത്തു ബസ് കാത്തുനിന്നിരുന്ന ഒരാളോട് ചോദിച്ചപ്പോൾ അതുവഴി മസ്സൂറിയിലേക്കും യമുനോത്രിയിലേക്കും പോകാമെന്ന് ഉറപ്പുതന്നതിന്റെ അടിസ്ഥാനത്തിൽ ഞങ്ങൾ ആ വഴി തെരഞ്ഞെടുത്തു. കാടിനു നടുവിലൂടെയാണെങ്കിലും നല്ല റോഡ്. ഇടയ്ക്ക് പാലം നിർമ്മിക്കുന്ന സ്ഥലത്ത് മാത്രം, വഴി തിരിച്ചു വിട്ടിട്ടുള്ളതിനാലാവണം, ഒഴുക്ക് കുറഞ്ഞ നദി മുറിച്ചു കടക്കേണ്ടി വന്നു. മഴക്കാലത്തിന്റെ ആഢംബരത്തിലും പ്രൗഢിയിലും

തഴച്ചു നിൽക്കുന്ന വനം. ഇടയ്ക്ക് അപൂർവമായി ചില ഗ്രാമങ്ങൾ. വഴിയിൽ ഇടയ്ക്ക് കാണുന്നവരോട് ചോദിച്ചും പറഞ്ഞുമൊക്കെ റായ്പൂരിലെത്തി. ഗൂഗിൾ നോക്കിയപ്പോൾ വലത്തോട്ട് തിരിഞ്ഞു പോയാൽ എളുപ്പവഴിയാണെന്നു കണ്ട് ആ വഴിക്കു പോയി. കുറേ ദൂരം ചെന്നപ്പോൾ ഇടത്തേക്ക് കുന്നിൻ മുകളിലേക്കാണ് വഴി. കുറേ വീടുകൾ കഴിഞ്ഞപ്പോൾ പിന്നെ റോഡൊന്നുമില്ല. ഒരു റെസിഡൻഷ്യൽ കോളനിയിലൂടെ കഷ്ടിച്ച് ബൈക്കിനു പോകാൻ പറ്റുന്ന ഇടുങ്ങിയ നാട്ടുവഴി. പണി കിട്ടി എന്നു ഭയന്നെങ്കിലും ഗൂഗിൾ മാപ്പിനെ വിശ്വസിച്ചു മുന്നോട്ടു പോയി. കുറേദൂരം ടെൻഷനടിപ്പിച്ച ശേഷം അതൊരു ടാർ ചെയ്ത റോഡിൽ ചെന്നു ചേർന്നു. വീണ്ടും മുന്നോട്ട്. ഒരു ചെറു കവലയും അവിടെയൊരു ചായക്കടയും കണ്ടു. എന്തെങ്കിലും കഴിച്ച് വഴിയും ചോദിച്ചറിയാമെന്നു കരുതി അവിടെ ഇറങ്ങി. പേടിക്കേണ്ട, മസ്സൂറിയിലേക്ക് അതുവഴി പോകാം. ബ്രെഡ് ഓംലെറ്റും ചായയും കഴിച്ചു.

മസ്സൂറി ഒരു ചെറിയ ടൗണാണ്. ഏതോ ചരിത്ര ഗ്രന്ഥത്തിൽ നിന്നിറങ്ങി വന്ന പ്രതീതി. വഴി ചെന്നു കയറുന്നത് മസ്സൂറി ലൈബ്രറിക്കു മുന്നിൽ. അതിനു മുമ്പിൽ ട്രാഫിക് ഐലൻഡിൽ വാദ്യമേളങ്ങൾക്കനുസരിച്ചു നൃത്തം ചെയ്യുന്ന വനിതയുടെ ശിൽപ്പം. കടകളിൽ സാധാനങ്ങളുമായി വന്ന ലോറികളും ചുമട്ടു ജോലിക്കാരും റിക്ഷകളും മറ്റു വാഹനങ്ങളും ജനങ്ങളുമൊക്കെക്കൂടി ആകെ തിരക്ക്. അവിടെ നിന്നു തുരങ്കം പോലെ ഇടുങ്ങിയ റോഡിലൂടെയാണ് യമുനോത്രിയിലേക്ക് പോകേണ്ടത്. അൽപ്പം കഴിഞ്ഞപ്പോൾ റോഡിന് വീതി കൂടി. വലിയ കുഴപ്പമില്ലാത്ത റോഡ്. കുന്നിറങ്ങിയും കയറിയും റോഡ് മുന്നോട്ട് പൊയ്ക്കൊണ്ടിരുന്നു. വനഭൂമിക്കും തോട്ടങ്ങൾക്കുമിടയിൽ ഗ്രാമങ്ങളും കൃഷിയിടങ്ങളും മാറിമാറി വന്നു. തിമിർത്തു പെയ്ത മൺസൂൺ മഴ കുടിച്ചു യൗവ്വന ശരീരം പുഷ്ടിപ്പെടുത്തിയ പ്രകൃതിയുടെ ആനന്ദ നൃത്തമാണ് ചുറ്റും. ഇടയ്ക്ക് ചെറു കവലകൾ. റോഡ് കുന്നിൻ ചെരിവുകൾ പിന്നിട്ട് വളഞ്ഞു പുളഞ്ഞു മുന്നോട്ട് പോയി. താഴെ തെളിഞ്ഞ ജലവും വഹിച്ച് പാട്ടുപാടി ഒഴുകുന്ന പുഴ. പന്ത്രണ്ടരയോടെ, കുറെ കടകളും മറ്റുമുള്ള ഒരു അങ്ങാടിയിൽ എത്തി. ഒരു ചായ കുടിക്കാം. വണ്ടി അരികിൽ നിർത്തി കടയിൽ കയറി. ചായയും ബട്ടർ ചേർത്തു മൊരിച്ച ബണ്ണും കഴി

ച്ചു. രണ്ടും രുചികരമായിരുന്നു. ഇറങ്ങാൻ തുടങ്ങുമ്പോൾ ഫോണിൽ ഒരു കോൾ. വണ്ടി ജ്യോതിച്ചേട്ടൻ എടുക്കാമെന്ന് പറഞ്ഞതിനാൽ കടയിൽ പൈസ നൽകി ഞാൻ ഫോണിൽ സംസാരിച്ചുകൊണ്ട് തന്നെ ബൈക്കിൽ കയറി. റോഡ് വളഞ്ഞു പുളഞ്ഞു പോകുകയാണ്. ഒരുവശത്ത് ചെങ്കുത്തായ മല, മറുവശത്ത് അഗാധമായ കുഴി. അതിലൂടെ ഒഴുകുന്ന ചെറുനദി. നദിക്കക്കരെ വീണ്ടും മലകൾ. റോഡിൽ വിശ്രമിക്കുന്ന എരുമകളുടെ ഒരു കൂട്ടം. ഇടയ്ക്ക് ചില ചെറു ഗ്രാമങ്ങളും ഒറ്റപ്പെട്ട വീടുകളും. അവയെ വലയം ചെയ്ത നെൽപ്പാടങ്ങൾ. തട്ടുകളായി തിരിച്ചു വിളവെടുക്കാറായി മഞ്ഞ നിറം വീശിയ പാടങ്ങൾ മനോഹരമായ കാഴ്ച തന്നെ! മൊബൈലിൽ ഒന്നുരണ്ട് പടങ്ങൾ എടുത്തു. തിരിച്ചു പോകുമ്പോൾ ക്യാമറയിൽ ഒന്നുരണ്ട് സ്നാപ്പ് എടുക്കണം എന്നു കരുതി. അപ്പോഴാണ് ഓർത്തത് ക്യാമറാ ബാഗ് കടയിൽ മറന്നു വച്ചിട്ടാണ് വണ്ടിയിൽ കയറിയിരിക്കുന്നത്. അപ്പോഴേയ്ക്കും, ചായ കുടിച്ച സ്ഥലത്തു നിന്ന് ഏകദേശം മുപ്പതു കിലോമീറ്റർ പിന്നിട്ടിരുന്നു. മുക്കാൽ മണിക്കൂറോളം സമയവും. ചേട്ടനോട് കാര്യം പറഞ്ഞു. ഉടൻ വണ്ടി തിരിച്ചു. വന്നവഴി തിരികെ ഓടിച്ചു. ക്യാമറ നഷ്ടപ്പെടുമെന്ന ഭയം തോന്നിയില്ല. പക്ഷേ, നഷ്ടപ്പെടുന്ന രണ്ടു മണിക്കൂർ യാത്ര. കടയിൽ എത്തിയപ്പോൾ ബാഗ് കടക്കാരൻ സൂക്ഷിച്ചു വച്ചിട്ടുണ്ടായിരുന്നു.

ഇനിയുള്ള ദൂരം വണ്ടിയോടിക്കുന്നത് ഞാനാണ്. വഴിയോരക്കാഴ്ചകൾ ഭംഗിയായി ആസ്വദിക്കാൻ വേണ്ടിയാണ് മൂന്നാമതും അതുവഴി ബുള്ളറ്റ് ഓടിക്കേണ്ടി വന്നത് എന്ന് ഞാൻ തമാശ പറഞ്ഞു. അപ്പോഴേയ്ക്ക് ഉച്ചയായി.

നൗ ഗാവിൽ നിന്നു ചോറും തൈരും ഓംലെറ്റും കഴിച്ചു വണ്ടിയിൽ നിറയെ പെട്രോളും ഒഴിച്ചു ഞങ്ങൾ ബർകോടിലേക്ക് തിരിച്ചു. ബർകോടിൽ നിന്നു 45 കിലോമീറ്ററാണ് യമുനോത്രി. റോഡ് അത്ര മെച്ചമല്ല. ഏതാനും ദിവസം മുമ്പ് വരെ തകർത്തു പെയ്ത മഴ റോഡിനെ പലേടത്തും പൂർണമായും തകർത്തിട്ടുണ്ട്. കൂടാതെ അസംഖ്യം മണ്ണിടിച്ചിലുകളും. ചെറിയ അരുവികൾ റോഡിന് കുറുകെ ഒഴുകുന്നുണ്ട്. അതോ വെള്ളമൊഴുക്കിനു കുറുകെ റോഡോ? വളരെ സൂക്ഷിച്ചു പതുക്കെ വണ്ടിയോടിച്ചു. മഴയ്ക്കു മുമ്പ് വളരെ നല്ലരീതിയിൽ ഉള്ള റോഡ് ആയിരുന്നു എന്ന് മഴ

തകർക്കാത്ത റോഡിന്റെ ഭാഗങ്ങൾ സാക്ഷ്യം പറഞ്ഞു.

യമുനോത്രിയിലേക്കുള്ള അവസാന കയറ്റത്തിനിടയ്ക്കു സ്യാനച്ഛട്ടി, റായ്ച്ഛട്ടി, ഹനുമാൻച്ഛട്ടി, ഫൂൽച്ഛട്ടി എന്നിങ്ങനെ നാമങ്ങളുള്ള ഗ്രാമങ്ങൾ. അവസാന ഗ്രാമം ജാനകിച്ഛട്ടി ആണ്. ഛട്ടി എന്നാൽ ഗ്രാമം എന്നു തന്നെയാണ് അർത്ഥം. ഓരോ വളവ് കഴിയുമ്പോഴും ചുറ്റുമുള്ള ദൃശ്യങ്ങൾക്ക് മനോഹാരിത ഏറി വന്നെങ്കിലും റോഡ് കൂടുതൽ മോശമായിക്കൊണ്ടിരുന്നു. വഴിയിൽ വാഹനങ്ങൾ പൊതുവേ കുറവായിരുന്നു. അവസാന ഘട്ടത്തിൽ എത്തിയപ്പോൾ നല്ല തിരക്ക്. കുത്തനെയുള്ള കയറ്റത്തിൽ മുമ്പേ പോയ ബസ് പെട്ടെന്ന് നിന്നു പോയതു കാരണം ബൈക്ക് പുറകിലേക്ക് നിരങ്ങുകയും ക്ളച്ച് വിട്ട് നിർത്തേണ്ടിവരുകയും ചെയ്തു. വണ്ടി ചെരിഞ്ഞെങ്കിലും പുറകിൽ ഇരുവശവും ലഗേജ് ഉണ്ടായിരുന്നതിനാൽ ഞങ്ങൾക്കിരുവർക്കും പരിക്കേറ്റില്ല. അതിനു ശേഷം ഫസ്റ്റ് ഗിയറിലും സെക്കൻഡ് ഗിയറിലും ആക്സിലറേറ്റർ കൊടുക്കുമ്പോൾ വണ്ടിയുടെ മുമ്പിൽ ഒരു വിറയൽ അനുഭവപ്പെട്ടു തുടങ്ങി. വരാൻ പോകുന്ന വലിയ പണിയുടെ സന്ദേശമാണോ?

കുത്തനെയുള്ള ചില കൈയറ്റങ്ങൾ പിന്നിട്ട് അഞ്ചര മണിയോടെ ഞങ്ങൾ യമുനോത്രിക്കു മുമ്പുള്ള ഗ്രാമത്തിലെത്തി. ഫൂൽച്ഛട്ടി എന്നാണ് പേര്. വണ്ടി നിർത്തിയ വീട് തന്നെ ഒരു ഹോംസ്റ്റേയാണ്. ഞങ്ങൾക്ക് രണ്ടാൾക്കുമായി എട്ടുപേർക്ക് കിടക്കാവുന്ന ഒരു മുറി തന്നു. ഒരു ദിവസത്തേക്ക് 400 രൂപ. കിഷൻ റാവത്ത് എന്ന ചെറുപ്പക്കാരനാണ് ഉടമസ്ഥൻ. ഇത്തവണ മഴ കടുത്തതിനാൽ യാത്രികർ കുറവാണ്. രാത്രിയിലേക്ക് ബണ്ണും ഓംലെറ്റും തന്നെ പറഞ്ഞു. ഇവിടങ്ങളിൽ ബ്രെഡ് അപൂർവമാണ്. കേരളത്തിൽ കിട്ടുന്നതിനേക്കാൾ വലുപ്പമുള്ള ബണ്ണാണ് താരം. കുളിച്ച്, മുഷിഞ്ഞ വസ്ത്രങ്ങൾ കഴുകി വിരിച്ചപ്പോൾ നേരം സന്ധ്യയായി.

രാത്രിയിൽ, ഭാര്യയും മകളുമൊത്തു കിഷൻ മുറിയിലെത്തി. മകളെ നേരത്തെ കണ്ടിരുന്നു. പ്രാചി റാവത്ത് എന്നാണ് പേര്. അഞ്ചാം ക്ലാസിൽ പഠിക്കുന്നു. എണ്ണമയമില്ലാതെ ചെമ്പിച്ച പാറിപ്പറന്ന മുടി മെടഞ്ഞിട്ടിട്ടുണ്ട്. ചെറിയ തുന്നലുകളുള്ള സ്വെറ്ററിനടിയിൽ ചുരിദാർ പോലൊരു വസ്ത്രമാണ് ധരിച്ചിട്ടുള്ളത്. മുഖത്ത് സൗഹൃദഭാവം കുറവാണ്. എന്നാൽ, ഭാര്യ വളരെ സൗഹാർദത്തോടെ സംസാരിച്ചു. ഇവിടങ്ങളിൽ ഭരണം പൊതുവെ സ്ത്രീക

ളുടെ കൈയിലാണ്. ദേഹാദ്ധ്വാനം വേണ്ട ജോലികൾ ഏറെയും ചെയ്യുന്നതും സ്ത്രീകളാണ്. അധ്വാനിക്കുന്ന മനുഷ്യർക്കുള്ള ഔന്നത്യം അവരുടെ ശരീരഭാഷയിൽ വേണ്ടുവോളം കാണാം. സ്നേഹവും കരുതലും വാക്കുകളിലും പ്രവൃത്തികളിലും ധാരാളം ഉണ്ടായിരിക്കുമ്പോഴും ശരീരം നമ്മുടെ നാട്ടിലെ വിധേയയായ സ്ത്രീ ആകാൻ കൂട്ടാക്കാതിരിക്കും. കിഷന്റെ ഭാര്യയും ഇതിൽ നിന്നു വ്യത്യസ്തയല്ല. സംസാരം ഏറെയും അവരായിരുന്നു. കിഷന് ഏറെക്കുറെ ഒരു കേൾവിക്കാരന്റെ ഭാഗമേ ഉണ്ടായിരുന്നുള്ളൂ. സംസാരമദ്ധ്യേ അവർ ഞങ്ങളുടെ കൈവശം ഗ്യാസിനുള്ള ഗുളികകൾ എന്തെങ്കിലും ഉണ്ടോയെന്ന് അന്വേഷിച്ചു. ഞങ്ങളുടെ കൈവശം ഉണ്ടായിരുന്നില്ല. അവരുടെ തന്നെ മുമ്പിലെ മുറിയിൽ ഒരു ഡോക്ടറാണ്. മെഡിക്കൽ സ്റ്റോറിൽ നിന്നു മുറി വൈദ്യം പഠിച്ചവരാണ് പൊതുവെ ഇത്തരം സ്ഥലങ്ങളിൽ ഡോക്ടർമാരായി സേവനമനുഷ്ഠിക്കുന്നത്.

ഞങ്ങളുടെ കുടുംബവിവരങ്ങളൊക്കെ ആരാഞ്ഞു. അവിടെ ജീവിതം ഒരു നിരന്തര പോരാട്ടമാണ്. വർഷത്തിൽ മൂന്നു നാലു മാസം രണ്ടു മൂന്നടി മഞ്ഞിൽ പുതഞ്ഞു പോകുന്ന സ്ഥലം. ബാക്കിയുള്ള സമയത്ത് സമ്പാദിച്ചു ശേഖരിച്ചു വെക്കുന്ന സാധനങ്ങളാണ് സ്കൂളുകൾ ഉൾപ്പെടെ അടച്ചിടുന്ന അക്കാലത്ത് ആശ്രയം. ഇത്തവണ മഴ കടുത്തിനാൽ തീർത്ഥാടകർ കുറവാണ്. ഒരു മാസത്തിനപ്പുറം കാത്തിരിക്കുന്ന വറുതിയുടെ കാലം ആ വീട്ടമ്മയെ ഭയപ്പെടുത്തുന്നുണ്ട്. കുറച്ചു നേരം സംസാരിച്ചിരുന്ന ശേഷം അവർ മടങ്ങി. നാളെ യമുനോത്രിയിൽ നിന്നു ഞങ്ങൾ മടങ്ങിവരുമ്പോൾ അവർ വീട്ടിലുണ്ടാകില്ല. അവരുടെ ഗ്രാമദേവതയെ ആഘോഷമായി യമുനോത്രി ക്ഷേത്രത്തിലേക്ക് എഴുന്നള്ളിക്കുന്ന ദിവസമാണ്. ഗ്രാമവാസികൾ എല്ലാവരും അതിൽ പങ്കെടുക്കും. മുറി പൂട്ടി താക്കോൽ കൈവശം സൂക്ഷിക്കാനും മടങ്ങുമ്പോൾ ഡോക്ടറെ ഏൽപ്പിക്കാനും ആവശ്യപ്പെട്ടു. ഭക്ഷണം കഴിച്ചു നേരത്തെ കിടന്നു. കൈ വേദനയ്ക്ക് കാര്യമായ കുറവില്ല. രാവിലെ അഞ്ചരയോടെ തിരിക്കാനാണ് തീരുമാനം. അവിടെ നിന്ന് ആറു കിലോമീറ്റർ കയറണം യമുനോത്രിയിലേക്ക്.

OO

11. 09. 18

യമുനോത്രിയും പിന്നെ ഉത്തരകാശിയും

രാവിലെ എഴുന്നേറ്റ് തയ്യാറായി 5.45ന് മലകയറാൻ ആരംഭിച്ചു. വഴി മനോഹരമായി കോൺക്രീറ്റ് വിരിച്ചിട്ടുണ്ട്. മിക്കയിടത്തും അഞ്ചടിയിലധികം വീതി. വശങ്ങളിൽ കോൺക്രീറ്റ് തൂണുകൾ സ്ഥാപിച്ചും മലയുടെ പള്ള തുരന്നുമാണ് പലേടത്തും വഴിയുടെ വീതി കൂട്ടിയിട്ടുള്ളത്. വഴിയോരത്ത് വിശ്രമിക്കാൻ ഏഷ്യൻ ഡെവലപ്മെന്റ് ബാങ്കിന്റെ പേരു പതിച്ചിട്ടുള്ള ധാരാളം ചാരു ബെഞ്ചുകൾ. കയറ്റം കൂടുതൽ ഉള്ളിടത്തു പടികൾ കെട്ടി ആയാസം കുറച്ചിട്ടുണ്ട്. സാമാന്യ ആരോഗ്യമുള്ള ഒരാൾക്ക് സാവകാശമാണെങ്കിലും വലിയ പ്രയാസം കൂടാതെ കയാറാവുന്നതേയുള്ളൂ. ഇനി അതിനും ബുദ്ധിമുട്ടാണെങ്കിൽ കുതിരയെ കിട്ടും. ആറു കിലോമീറ്റർ കുതിരപ്പുറത്തു പോയി തിരിച്ചെത്താൻ നാലായിരം രൂപയാണ് ചാർജ്. കുതിരയെന്നു പറയുമെങ്കിലും കുതിരയും കഴുതയും കൂടി ചേർന്ന സങ്കര വർഗ്ഗമാണ്. കുതിരപ്പുറത്തു കയറാനും പ്രയാസമുള്ളവർക്ക് ഡാൻഡിയിലോ കാൻഡിയിലോ പോകാം. ഡോളിയെന്നും പറയാവുന്ന ഡാൻഡി ഇരുവശവും നീളമുള്ള തടികൾ വച്ചുകെട്ടി നാലുപേർ ചേർന്ന് ചുമന്നു കൊണ്ടു പോകുന്ന ചാരു കസേരയാണ്. ചെറിയ ആളുകളെയും കുട്ടികളെയും മുതുകിൽ കയറ്റി കൊണ്ടു പോകാൻ ഒരുവശം തുറന്ന് ഉള്ളിൽ കുഷ്യനൊക്കെ ഉള്ള വലിയ ചൂരൽ കൂടകളാണ് കാൻഡികൾ. കൂടകൾ ചുമക്കാൻ ഒരാൾ മതി. ഞങ്ങൾ രാവിലെ തുടങ്ങിയതിനാൽ വഴിയിൽ തിരക്ക് കുറവായിരുന്നു.

ഇടയ്ക്ക് മുകളിൽ നിന്നൊഴുകുന്ന അരുവികൾ വഴിയേ നനക്കുന്നുണ്ട്. നന്നായി വെള്ളമൊഴുകുന്നിടത്തു ഷീറ്റുകൾ കൊണ്ട് മേൽ

ക്കൂര പണിഞ്ഞു സംരക്ഷണം ഒരുക്കിയിട്ടുണ്ട്. താഴെ ആഴത്തിലൂടെ യമുന ആർത്തലച്ചൊഴുകുന്നു. മലമുടിയിൽ ചൂടിയ മുല്ലപ്പൂമാലകൾ പോലെ അനവധി വെള്ളച്ചാട്ടങ്ങൾ കുന്നിൻ ചെരിവുകളിൽ. വഴിയരുകിൽ ചായയും കാപ്പിയും പലഹാരങ്ങളും ലഘുഭക്ഷണങ്ങളും വിൽക്കുന്ന അനേകം കടകൾ. ഏറെ ആയാസപ്പെടാതെ കയറാവുന്ന വഴി. വഴിയിൽ ഒരു ചെറിയ ഭൈരവക്ഷേത്രം താഴ്വരയിലേക്കു നോക്കി നിൽക്കുന്നു. എട്ടേകാലോടെ ഞങ്ങൾ യമുനോത്രിയിലെത്തി.

ഉത്തരകാശിയിൽ ഗർവാൾ ഹിമാലയത്തിൽ 3,293 മീറ്റർ ഉയരത്തിൽ ബന്ദർപൂച് പർവത സാനുവിലാണ് യമുനോത്രി. ഗർവാൾ ഹിമാലയത്തിന്റെ ഏറ്റവും പടിഞ്ഞാറെ അറ്റത്താണ് യമുനോത്രി ക്ഷേത്രം. ഇവിടം യമുനാ നദിയുടെ ഉത്ഭവസ്ഥാനമായി കരുതി ആരാധിക്കുന്നു എങ്കിലും ശരിക്കുള്ള ഉത്ഭവം വീണ്ടും ഒരു കിലോമീറ്ററിൽ അധികം കുത്തനെ ഉയരത്തിൽ കളിന്ദ പാർവത്തിലെ ചമ്പസർ ഹിമാനിയാണ്. സമുദ്രനിരപ്പിൽ നിന്ന് 4,421 മീറ്റർ ഉയരമുള്ള അവിടേക്ക് എത്തുക എന്നത് അത്യന്തം ദുഷ്കരമാകയാൽ ഇവിടെ യമുനോത്രിയിൽ ദേവിയെ ആരാധിച്ചു വണങ്ങുന്നു ഭക്തർ. ക്ഷേത്രത്തോട് ചേർന്ന് രണ്ടു ചൂട് നീരുറവകൾ (തപ്ത കുണ്ഡങ്ങൾ) ഉണ്ട്. ജലത്തിന് അതീവ ചൂടുള്ള സൂര്യകുണ്ഡിലെ ജലം ഏറ്റവും പവിത്രമായി കരുതുന്നു. പൂജാരിമാർ നൽകുന്ന ധാന്യം കിഴികെട്ടി സൂര്യകുണ്ഡിൽ മുക്കി വേവിച്ചെടുത്തു പ്രസാദമായി ഭക്തർ വീട്ടിലേക്ക് കൊണ്ടു പോകുന്നു. രണ്ടാമത്തേതിലെ സഹിക്കാവുന്ന ചൂടു വെള്ളത്തിൽ കുളിച്ചു ശുദ്ധരായി അവർ ക്ഷേത്ര ദർശനവും പൂജകളും നടത്തുന്നു. പ്രധാന ക്ഷേത്രത്തിൽ കൃഷ്ണശിലകളിൽ തീർത്ത രണ്ടു ദേവീ വിഗ്രഹങ്ങൾ, യമുനാ ദേവിയും ഗംഗാ ദേവിയും. മഹാമുനിയായ അസിതൻ എന്നും പ്രഭാതത്തിൽ യമുനയുടെയും ഗംഗയുടെയും ഉത്ഭവ സ്ഥാനത്ത് സ്നാനം ചെയ്തു പൂജകൾ കഴിച്ച ശേഷമായിരുന്നുവത്രെ മറ്റു ദിനകൃത്യങ്ങൾ ആരംഭിച്ചിരുന്നത്. എന്നാൽ വാർധക്യത്തിൽ എത്തിയപ്പോൾ എല്ലാദിവസവും അതിരാവിലെ ഗോമുഖിലേക്ക് എത്താൻ മഹർഷി പ്രയാസപ്പെടുന്നത് മനസ്സിലാക്കിയ ഗംഗ ഒരു ഉറവയായി യമുനയ്ക്ക് സമീപത്ത് യമുനോത്രിയിൽ പ്രത്യക്ഷപ്പെട്ടു എന്നാണ് വിശ്വാസം. അതിനാൽ ഇവിടെ ഗംഗയും യമുന

യോടൊപ്പം ആരാധിക്കപ്പെടുന്നു. അല്ലെങ്കിലും ഒടുവിൽ ത്രിവേണിയിൽ (പ്രയാഗ്, അലഹബാദ്) ഗംഗയിൽ ലയിക്കേണ്ടവളാണല്ലോ യമുന!

ഋഗ്വേദ കാലഘട്ടം മുതൽക്കെങ്കിലും യമുന പുണ്യനദിയായും ദേവിയായും ആരാധിക്കപ്പെടുന്നു. സൂര്യന്റെയും സഞ്ജനയുടെയും മക്കളാണ് യമനും യമുനയും. ഭർത്താവിന്റെ അതിതീക്ഷ്ണമായ കാന്തി താങ്ങാനാവാതെ ചഞ്ചല മിഴിയായിപ്പോയ സഞ്ജനയിൽ കോപം പൂണ്ട സൂര്യൻ അവൾക്കു പിറക്കുന്ന മകൾ ചഞ്ചല മാനസ ആയിപ്പോട്ടെ എന്നു ശപിച്ചുവത്രെ! പക്ഷേ, മകൾ പിറന്നപ്പോൾ, നൽകിപ്പോയ ശാപത്തിനു പകരമായി അവൾ ഭൂമിയിൽ നദിയായി പിറന്നു പാപികൾക്കു കൂടി മോക്ഷം നൽകാൻ കഴിവുള്ളവളാകട്ടെ എന്നനുഗ്രഹിച്ചു പിതാവ്. നിലവിൽ ഡൽഹിയിലും മറ്റും അവൾ വിധേയയാക്കപ്പെടുന്ന കൊടും പീഡനങ്ങൾ കാണുമ്പോൾ താതൻ നൽകിയത് അനുഗ്രഹമായിരുന്നോ, അതോ ഒരിക്കലും അവസാനിക്കാത്ത ശിക്ഷയായിരുന്നോ എന്ന് അവൾ തന്നെ സംശയിക്കുന്നുണ്ടാവാം.

പുരാണങ്ങളിലേക്ക് എത്തുമ്പോൾ കാളിന്ദ പർവതത്തിൽ നിന്ന് ഉത്ഭവിക്കുകയാൽ കാളിന്ദി എന്നുകൂടി പേരുള്ള യമുന, കൃഷ്ണന്റെ കളിക്കൂട്ടുകാരിയും പ്രണയിനിയുമാണ്. കൃഷ്ണനോടുള്ള അഗാധ പ്രണയത്താൽ അവന്റെ ശ്യാമ വർണം സ്വാംശീകരിച്ചവളാണ് യമുന.

എല്ലാവർഷവും അക്ഷയതൃതീയ നാളിൽ ക്ഷേത്രം തുറക്കുന്നു. ദീപാവലി നാളിൽ അടയ്ക്കുന്നു. നവംബർ മുതൽ ഏപ്രിൽ വരെയുള്ള കാലം മിക്കവാറും ഇവിടം മഞ്ഞിന്റെ പിടിയിലായിരിക്കും. യമുനയ്ക്കു കുറുകെയുള്ള പാലം കടന്ന് ഒരു ചെറിയ കയറ്റം കയറിയിറങ്ങി വേണം ക്ഷേത്രത്തിലേക്കെത്താൻ. പാലത്തിന് ഇരുകരകളിലുമായി ഏതാനും ചായക്കടകളും പൂജാദ്രവ്യങ്ങൾ വിൽക്കുന്ന കടകളും കാണാം. പാലത്തിനു മുമ്പുള്ള ഒരു ചായക്കടയിൽ നിന്ന് മധുരം കുറഞ്ഞ ഓരോ കാപ്പിയും കുടിച്ചു ഞങ്ങൾ പതുക്കെ ക്ഷേത്രത്തിലേക്ക് നടന്നു.

മാതാപിതാക്കളെ ആനന്ദിപ്പിച്ചുകൊണ്ടു പാദസരം കിലുക്കി ഓടിക്കളിക്കുന്ന ബാലികയാണ് ഇവിടെ യമുന. യമുനയുടെ ഓരത്തു ആർത്തലച്ചു വരുന്ന ഒരു മലവെള്ളപ്പാച്ചിലിന് അനാ

യാസം തകർത്തെറിഞ്ഞു പോകാവുന്ന വിധത്തിൽ രണ്ടു മലകൾക്കിടയിലെ താഴ്വരയിലെ അൽപ്പം സ്ഥലത്ത് ക്ഷേത്രവും മറ്റ് അനുബന്ധ മന്ദിരങ്ങളും. ഉപദേവതാ ക്ഷേത്രങ്ങൾക്കു സമീപത്തായി ഭക്തർക്ക് കുളിക്കാവുന്ന ചൂടുനീരുറവ. കുറച്ചു മാറി താഴെയായി സ്ത്രീകൾക്കു വേണ്ടി പ്രത്യേകം മറച്ചു കെട്ടിയ സ്ഥലമുണ്ട്. എങ്കിലും ചിലർ പുരുഷന്മാർക്കൊപ്പം മുങ്ങി കയറുന്നു. കുളത്തിനോട് ചേർന്ന്, പൂജാ ദ്രവ്യങ്ങളും ഉടുത്തു കുളിക്കാൻ തുണികളും വിൽക്കുന്ന കട. ഭക്തരെ ക്യാൻവാസ് ചെയ്യാൻ നിൽക്കുന്ന പൂജാരിമാർ. അവർക്ക് പിടി കൊടുക്കാതെ ഞങ്ങൾ വസ്ത്രങ്ങൾ അഴിച്ചു നനയാതെ വച്ചു തോർത്തുമുണ്ടുമുടുത്ത് ഉറവയിൽ ഇറങ്ങി. നല്ല തണുപ്പിൽ നിന്ന് ഇറങ്ങിയതിനാലാകണം ആദ്യം ചൂടൽപ്പം കൂടുതലാണെന്നു തോന്നിയെങ്കിലും ഉടൻ തന്നെ ഉടൽ അതിനോട് താദാത്മ്യം പ്രാപിച്ചു. എത്ര നേരം ചെലവഴിച്ചാലും മതിവരാത്ത അവസ്ഥ. പക്ഷേ, സ്വയം സൃഷ്ടിച്ച ഒരു ഷെഡ്യൂൾ ഡെമോക്ലീസിന്റെ വാള് പോലെ തലയ്ക്കു മുകളിൽ തൂങ്ങിക്കിടന്നതിനാൽ പത്തു പതിനഞ്ചു മിനിറ്റ് കഴിഞ്ഞു കരയ്ക്കു കയറി.

അവിടെനിന്നു ക്ഷേത്രത്തിലേക്ക് കയറുന്ന വഴിയരുകിൽ തന്നെയാണ് സൂര്യകുണ്ഡ്. അരികിൽ ചെറിയൊരു ശിവപ്രതിമ. ദേവിമാരെ തൊഴുതു ഞങ്ങൾ പുറത്തിറങ്ങി. ശ്രീകോവിലിനുള്ളിലെ ഫോട്ടോ എടുക്കുന്നതിൽ വിലക്കുണ്ട്. താഴെ ഗ്രാമത്തിൽ നിന്ന് എഴുന്നള്ളിച്ചു കൊണ്ടുവന്ന മൂർത്തിയെ പൂജയ്ക്കു ശേഷം ആഘോഷമായിത്തന്നെ മടക്കിക്കൊണ്ടു പോകുന്നത് നോക്കി അൽപ്പസമയം ക്ഷേത്രത്തിനു പുറത്ത് ചെലവഴിച്ച ശേഷം മടക്കയാത്ര ആരംഭിച്ചു. അല്ല, ഗംഗോത്രി എന്ന അടുത്ത ലക്ഷ്യത്തിലേക്കാണ് ഇനി യാത്ര.

തിരിച്ച് ഇറക്കമായതിനാൽ വളരെ ആസ്വദിച്ചാണ് നടപ്പ്. പണ്ട് പണി മുടക്കിയിട്ടുള്ള കാൽമുട്ടുകളിൽ പൂർണ വിശ്വാസമില്ലാത്തതു കൊണ്ടും ദൂരമേറെ ഇനിയും ഈ യാത്രയിൽ തന്നെ താണ്ടുവാനുള്ളതു കൊണ്ടും ജ്യോതിച്ചേട്ടൻ പതുക്കെയാണ് നടത്തം. ഒപ്പം ഫോണിലൂടെ നാട്ടിലെ വിശേഷങ്ങൾ അന്വേഷിക്കുന്നുമുണ്ട്. കയറുമ്പോൾ മലയും നദിയും താഴ്വരയും നദിയിലേക്കു പതിക്കുന്ന വെള്ളച്ചാട്ടങ്ങളും മാത്രമാണ് ശ്രദ്ധിച്ചിരുന്നത്.

എന്നാൽ അലസമായി തിരിച്ചിറങ്ങുമ്പോഴാണ് വഴിയരികിൽ നിറഞ്ഞ പുഞ്ചിരിയോടെ തീർത്ഥാടകരെ വരവേൽക്കാൻ നിൽക്കുന്ന നാനാ വർണങ്ങളിലും രൂപങ്ങളിലുള്ള പൂക്കളുടെ സഞ്ചയം ശ്രദ്ധയിൽപ്പെട്ടത്. എന്തൊരു സൗന്ദര്യമാണവയ്ക്ക്! മുന്നേ ഇറങ്ങുന്നതിന്റെ സൗകര്യത്തിൽ സാവകാശം അവയുടെ സൗന്ദര്യം നുകർന്ന് പറ്റുന്ന വിധത്തിൽ ചില ചിത്രങ്ങളെടുത്തു. താഴെ ബാല്യം കടന്നെങ്കിലും കുറുമ്പ് വിട്ടിട്ടില്ലാത്ത യമുന ഒരു പാറയിൽ നിന്നു മറ്റൊന്നിലേക്ക് ചാടിച്ചാടി മറിഞ്ഞൊഴുകുന്നു. മലമുകളിൽ നിന്നു ചെറു കളിത്തോഴികൾ ഒപ്പം കൂടുന്നു. വഴിയിൽ ചാരുബെഞ്ചിൽ വിശ്രമത്തിലാണ് ഒരു സന്യാസി. എതിരെയുള്ള ചെറിയ ഗുഹാക്ഷേത്രത്തിൽ ചെറിയ വിളക്കും ചന്ദനത്തിരികളും എരിയുന്നു. നീണ്ട ജട തലയിൽ ചുറ്റിക്കെട്ടിയിട്ടുണ്ട്. നെറ്റിയിലും കണ്ണുകൾക്ക് ചുറ്റിലും പുരട്ടിയിട്ടുള്ള സിന്ദൂരം സ്വതേ തീക്ഷ്ണമായ കണ്ണുകളുടെ തീവ്രത വർദ്ധിപ്പിക്കുന്നു. അനുമതിയോടെ ഒരു ഫോട്ടോ എടുത്തു.

ഗ്രാമാതിർത്തിയിൽ എത്തുമ്പോൾ ഘോഷയാത്ര എത്തിയിരുന്നു. ഗ്രാമദേവതയുടെ രഥത്തെ രണ്ടുപേർ തോളിലെടുത്തിട്ടുണ്ട്. ഗ്രാമവാസികൾ ഒന്നടങ്കം കുളിച്ചൊരുങ്ങി മനോഹരങ്ങളായ വസ്ത്രങ്ങളൊക്കെ ധരിച്ചു താളമേളങ്ങളുടെ അകമ്പടിയോടെയും ആർപ്പുവിളികളോടെയും രഥത്തെ പിന്തുടരുന്നുണ്ട്. നായ്ക്കുട്ടന്മാർ ഉൾപ്പെടെയാണ് മലകയറ്റം. ഗ്രാമവാസികൾ ആരും തന്നെ ഗ്രാമത്തിൽ അവശേഷിച്ചിരിക്കാൻ സാധ്യതയില്ല. പെൺകുട്ടികളുടെ ഇടയിൽ ഗമയിൽ കഥകളൊക്കെ പറഞ്ഞു നടക്കുകയാണ് പ്രാചി റാവത്ത്. അണിഞ്ഞൊരുങ്ങി പുതു വസ്ത്രങ്ങളൊക്കെ ധരിച്ചിട്ടുണ്ട്. പെട്ടെന്ന് സ്ത്രീകളുടെ ഇടയിൽ നിന്നു സുന്ദരിയായ ഒരു യുവതി എന്റെ നേരെ ചിരിച്ചു കൊണ്ടു വന്നു. പെട്ടെന്ന് ആളെ മനസ്സിലായില്ല. പ്രാചിയുടെ അമ്മയാണ്. തലേന്നു രാത്രി കണ്ട ആളേയല്ല. എല്ലാവരേയും പോലെ കുളിച്ചൊരുങ്ങി, പുതുവസ്ത്രങ്ങളൊക്കെ അണിഞ്ഞു നെറ്റിയിൽ വലിയ സിന്ദൂര പൊട്ടും ലിപ്സ്റ്റിക്കുമൊക്കെ ചാർത്തി അതിസുന്ദരിയായിരിക്കുന്നു. ഒരിക്കൽ കൂടി യാത്ര പറഞ്ഞു, താക്കോൽ വീടിനു മുമ്പിലെ കടയിലെ ഡോക്ടറുടെ കൈവശം ഏൽപ്പിച്ചാൽ മതിയെന്ന് ഓർമ്മിപ്പിച്ച് അവർ ഘോഷയാത്രയിലേക്കു മടങ്ങി.

ഇനിയൽപ്പം ഭക്ഷണം കഴിക്കാം. വടക്കേ ഇന്ത്യൻ ഭക്ഷണവുമായി ഞാൻ ഒരു വിധം സന്ധിയിലെത്തിയിരുന്നു. എന്നാൽ ഇത്രയും കാലത്തെ യാത്രകൾക്കിടയിലും ജ്യോതിച്ചേട്ടന് അതിനു സാധിച്ചിട്ടില്ല. അത്യാവശ്യം പിടിച്ചു നിൽക്കാൻ വീട്ടിൽ നിന്ന് ഒരു ലോഡ് ചമ്മന്തിപ്പൊടിയൊക്കെയായിട്ടാണ് ആള് വന്നിരിക്കുന്നത്. ഭക്ഷണസാധാനങ്ങളിലെ വടക്കേ ഇന്ത്യൻ മസാല പ്രയോഗമാണ് ബുദ്ധിമുട്ട് ഉണ്ടാക്കുന്നത്. അതുകൊണ്ട് ഏതെങ്കിലും കടയിൽ കയറി റൊട്ടി വാങ്ങി ചേട്ടൻ തന്നെ ഉള്ളിക്കറിയുണ്ടാക്കി സംഗതി ജോറാക്കാമെന്നു നിശ്ചയിച്ചു. പക്ഷേ, പല കടകളിലും മുളക് പൊടിയില്ല. ഒടുവിൽ ഒരിടം കണ്ടെത്തി. പാചകം ആരംഭിച്ചു. അതിനിടയ്ക്ക് ഞാൻ പോയി നാലു വാഴപ്പഴം വാങ്ങി. പഴത്തിന്റെ കാര്യത്തിൽ നമ്മൾ കേരളീയർ ഭാഗ്യവന്മാരാണ്. എത്ര തരത്തിലുള്ള പഴങ്ങളാണ് ഇവിടെ. പക്ഷേ, വടക്കേ ഇന്ത്യയിൽ ആകെ ഞാൻ കണ്ടിട്ടുള്ളത് റോബസ്റ്റ എന്നോ മോറിസ് എന്നോ ഒക്കെ നമ്മൾ വിളിക്കുന്ന ഒരുജാതി പഴം മാത്രമാണ്. അതാണെങ്കിലോ ബാഗിലൊന്നും കയറ്റി യാത്രയിൽ കൊണ്ടു പോകാനും പറ്റില്ല.

ചേട്ടൻ തയ്യാറാക്കിയ ഉള്ളിക്കറിയുടെ ബലത്തിൽ വയറു നിറയെ ചപ്പാത്തിയും കഴിച്ചു ഞങ്ങൾ മടക്കയാത്രക്കു തയ്യാറായി. അടുത്ത ലക്ഷ്യം ഗംഗോത്രിയാണ്. അവിടെനിന്ന് ഗോമുഖിലേക്കും, പറ്റിയാൽ തപോവനിലേക്കും.

തിരിച്ചിറങ്ങുമ്പോഴാണ് എത്ര വലിയ കയറ്റങ്ങളാണ് ഇന്നലെ കയറി വന്നതെന്നു മനസ്സിലായത്. കുത്തനെയുള്ള ഇറക്കം, കൊടും വളവുകൾ, തകർന്നു തരിപ്പണമായ റോഡ്, അതിലൂടെ കുതിച്ചൊഴുകുന്ന അരുവികൾ, ഒരു വശത്തെ അഗാധമായ കുഴി... ബ്രെയ്ക്കുകൾ രണ്ടും ഉപയോഗിച്ചു പതുക്കെ സൂക്ഷിച്ചിറങ്ങി. എന്തോ കരിഞ്ഞ മണം വരുന്നുണ്ടോ? വഴിയിൽ ആരെങ്കിലും പ്ലാസ്റ്റിക് കൂട്ടിയിട്ട് കത്തിക്കുന്നതാകും..

അല്ല, കുഴപ്പമുണ്ട്... ദാ, ഇപ്പോൾ പുകയും വരുന്നുണ്ട്. 'ഹരീ, വണ്ടി നിർത്തൂ', പുറകിൽ നിന്നു ചേട്ടനാണ്. അരികു ചേർത്തു നിർത്തി, താഴെയിറങ്ങി. പുറകിലെ ബ്രെക്ക് ഷൂ തേഞ്ഞു തീർന്നതിന്റെയാണ്. ഏതെങ്കിലും വർക്ക് ഷോപ്പിൽ കൊണ്ട് പോയാലെ മാറ്റാനാകൂ. ബർക്കോട്ട് ചെന്നാലെ മോട്ടോർ സൈക്കിൾ വർക്ക്

ഷോപ്പുകൾ ഉള്ളൂ. ഇനിയും 30 കിലോമീറ്ററിലേറെ ദൂരമുണ്ട്. അതിലേറെയും കുത്തനെയുള്ള ഇറക്കമാണ്. മുന്നിലെ ബ്രേക്ക് മാത്രം ഉപയോഗിച്ച് ആ ദൂരം മുഴുവൻ സഞ്ചരിക്കണം. തുടരുക തന്നെ, വേറെ വഴിയില്ല. കുറഞ്ഞ ഗിയറിൽ പോകാം. അതാണ് വേണ്ടതെന്നും സുരക്ഷിതമെന്നും മനസ്സ് പറഞ്ഞു. പക്ഷേ, ചേട്ടൻ പറയുന്നു ടോപ്പ് ഗിയറിൽ ഇറങ്ങണം, അല്ലെങ്കിൽ ഗിയർ പ്ലെയ്റ്റ് തേഞ്ഞു പോകുമെന്ന്. ബ്രേക്കിന്റെ കൂടെ ഗിയർ പ്ളേറ്റ് കൂടി പോയാൽ! വികാരം വിവേകത്തെ കീഴടക്കുന്നു. ഇറക്കമായതിനാൽ ഉയർന്ന ഗിയറിൽ ബുള്ളറ്റ് അനാവശ്യമായ തിടുക്കം കാണിക്കുകയാണ്. മുമ്പിലെ ബ്രേക്ക് മാത്രം ഉപയോഗിച്ച് അതിനെ നിയന്ത്രിക്കുക പ്രയാസമായി വരുന്നു. റോഡിൽ കുഴികൾ പ്രത്യക്ഷപ്പെടുന്നത് മിക്കവാറും അപ്രതീക്ഷിതമായാണ്. ഏറെ പരിക്കില്ലാത്ത റോഡിൽ ഞങ്ങൾ ആഗ്രഹത്തോടെയല്ലാതെ തന്നെ അൽപ്പം വേഗത്തിലാണ് വണ്ടിയോടിച്ചത്. ഇതെന്താണ്, റോഡിൽ പെട്ടെന്നു താഴേക്ക് ഒരു ബെൻഡ്. അയ്യോ, അതിനു തൊട്ടു പിന്നിൽ അതാ വലിയൊരു കുഴി. കുഴിയിൽ വീഴുന്നത് ഒഴിവാക്കാൻ ബ്രേക്ക് രണ്ടും അമർത്തി. കഴിഞ്ഞ മഴകൾ റോഡിൽ അവശേഷിപ്പിച്ച മണലും മുന്നിലെ അപകട മുന്നറിയിപ്പ് കിട്ടാത്ത പിൻ ചക്രവും കൂടി ബൈക്കിന്റെ നിയന്ത്രണം നഷ്ടപ്പെടുത്തി. വീഴുകയല്ലാതെ വേറെ വഴിയില്ല. പുറകിൽ ഇരുവശത്തും കെട്ടി വച്ചിട്ടുള്ള ബാഗുകൾ ഇത്തവണയും രക്ഷയായി. സഹായിക്കാനെത്തിയവരിൽ നിന്നും ബർക്കോട്ടിലെ വർക്ക്ഷോപ്പിന്റെ ലൊക്കേഷൻ മനസ്സിലാക്കി. വണ്ടി ഇനി ചേട്ടനാണ് ഓടിക്കുക. രണ്ടുവട്ടം വീണ് എന്റെ ആത്മവിശ്വാസം കുറെയേറെ നഷ്ടപ്പെട്ടു കഴിഞ്ഞിരുന്നു. വർക്ക്ഷോപ്പ് കണ്ടെത്താൻ ഏറെ പണിപ്പെടേണ്ടി വന്നില്ല. പക്ഷേ, അവിടെ നല്ല തിരക്ക്. ആ പരിസരത്തുള്ള സകല വാഹനങ്ങളും അവിടെ അറ്റകുറ്റപ്പണിക്കായി എത്തിച്ചിരിക്കുകയാണോ?

ഹരി ഓം എന്നത് സ്ഥാപനത്തിന്റെയും ഉടമസ്ഥന്റെയും പേരാണ്. ചുറുചുറുക്കോടെ ഓടിനടന്ന് ജോലി ചെയ്യുന്ന 20 വയസ്സു പോലും തോന്നിക്കാത്ത റാണയാണ് വർക്ക് ഷോപ്പിന്റെ ഐശ്വര്യം. ചേട്ടൻ കാര്യം പറഞ്ഞപ്പോൾ മറ്റു ജോലികൾ മാറ്റി വച്ചു ഞങ്ങളുടെ ബൈക്കിനെ പരിഗണിക്കാൻ അവൻ തയ്യാറായി. കേരളത്തിൽ നിന്നു ബൈക്കിൽ ചതുർധാം പഞ്ചകേദാർ യാത്ര

നടത്താൻ വന്നവരെന്ന പരിഗണനയിൽ മറ്റുള്ളവർക്കും പരാതിയില്ല. പ്രളയത്തിൽ നിന്നു കേരളം കരകയറിയോ എന്നേ അവർക്ക് അറിയേണ്ടതുള്ളൂ. യാത്രയിൽ ഉടനീളം ഇത്തരം കരുതൽ നിറഞ്ഞ അന്വേഷണം ഞങ്ങൾ നേരിടുകയുണ്ടായി. പ്രളയം ഒരു വാർഷിക പരിപാടിയായ ഉത്തരാഖണ്ഡിലെ ജനങ്ങൾക്ക്, ആദ്യമായി അങ്ങനെയൊന്ന് നേരിടേണ്ടി വന്ന കേരളത്തിലെ ജനങ്ങളോട് അനുകമ്പ.

മുന്നിലെയും പിന്നിലെയും ബ്രേക്ക് പാഡുകളും എൻജിൻ ഓയിലും ഒക്കെ മാറ്റി മൂന്നു മണിയോടെ ഞങ്ങൾ ഉത്തരകാശിയിലേക്ക് പുറപ്പെട്ടു. ഇനിയും എൻപതു കിലോമീറ്റർ സഞ്ചരിക്കേണ്ടതുണ്ട്. നഗരം പിന്നിട്ട്, പൈൻ മരങ്ങൾ നിരന്ന കുന്നു കയറാൻ തുടങ്ങി. റോഡ് പുതുതായി ടാർ ചെയ്തതാണെങ്കിലും ഇടുങ്ങിയതാണ്. അശ്രദ്ധമായി ഓടിച്ചു വന്ന ഒരു ബസിൽ ഇടിക്കാതെ കഷ്ടിച്ചാണ് രക്ഷപ്പെട്ടത്. ഇരുമ്പ് വേലി ഉണ്ടായിരുന്നത് കൊണ്ടു മാത്രം അഗാധതയിലേക്ക് വീണു പോയില്ല എന്നു മാത്രം. പക്ഷേ, പുറകിലിരിക്കുന്നയാളുടെ സൗകര്യം കണക്കാക്കി സീറ്റിൽ മടക്കിയിട്ടിരുന്ന കമ്പിളിപ്പുതപ്പ് നഷ്ടപ്പെട്ടു.

ബൈക്ക് പൂർണമായും സഞ്ചാരയോഗ്യമായോ എന്ന കാര്യത്തിൽ വീണ്ടും സംശയമായി. ഉത്തരകാശിയിൽ പോയി വീണ്ടും പരിശോധിപ്പിക്കുക തന്നെ. രാത്രി തന്നെ തകരാറുകൾ പരിഹരിച്ചാൽ മാത്രമേ രാവിലെ ഗംഗോത്രിയിലേക്ക് പുറപ്പെടാനാവുകയുള്ളൂ. വഴി 15 കിലോമീറ്റർ കയറ്റവും അത്രയും തന്നെ ഇറക്കവുമുള്ള വനപ്രദേശം വിട്ടു മനോഹരങ്ങളായ ഗ്രാമങ്ങളിലേക്ക് പ്രവേശിച്ചു. കഴിഞ്ഞ 30 കിലോമീറ്റർ ദൂരവും പൈൻ മരങ്ങൾ മാത്രമുള്ള കാട്ടിലൂടെയായിരുന്നു സഞ്ചാരം. ഇടയ്ക്ക് ഒരു കുന്നിൻ ചെരിവ് ആകെ മാങ്ങാനാറിച്ചെടികൾ മഞ്ഞപ്പൂക്കളാൽ പുതപ്പിച്ചത് മാത്രമായിരുന്നു അതിശയിപ്പിക്കുന്ന കാഴ്ച. തിടുക്കം കാരണം ആ കാഴ്ച മനസ്സിൽ നിറച്ചു യാത്ര തുടരുകയാണുണ്ടായത്.

ഹിമാലയൻ പ്രകൃതിയെ പോലെ തന്നെയാണ് അവിടെ റോഡും. ഇപ്പോൾ, 'ജയപ്രദയുടെ മുഖം പോലെ' മിനുസമാർന്നതാണെങ്കിൽ അടുത്ത വളവു കഴിയുമ്പോൾ അതു 'ഓംപുരിയുടെ മുഖം' പോലെയാകും. നിരന്തരമായ മണ്ണിടിച്ചിലും വീതികൂട്ടൽ, അറ്റകുറ്റപ്പണികൾ എന്നിവ മൂലവും പൊടിയിൽ മുങ്ങിയോ ചെളി

നിറഞ്ഞോ കിടക്കുന്ന സ്ഥലങ്ങൾ. കഠിനാധ്വാനികളായ ഗ്രാമീണരുടെ വിയർപ്പിൽ തഴച്ച കൃഷിയിടങ്ങളാൽ ചുറ്റപ്പെട്ട അനേകം ഗ്രാമങ്ങൾ പിന്നിട്ട് ഞങ്ങൾ ഏഴു മണിയോടെ ഉത്തരകാശിയിലെത്തി.

ടൗണിലേക്ക് പ്രവേശിക്കുന്നതിന് മുമ്പ് തന്നെ ദ റോയൽ സർവീസ് സ്റ്റേഷൻ എന്ന ബോർഡ് കണ്ടു. എല്ലാത്തരം ഇരുചക്രവാഹനങ്ങളും റിപ്പയർ ചെയ്യും. കൂടെ റോയൽ എൻഫീൽഡിന്റെ ഓതറൈസ്ഡ് സർവ്വീസ് സ്റ്റേഷൻ എന്നും കണ്ടു. സാധാരണയായി വർക്ക്ഷോപ്പുകൾ അടയ്ക്കുന്ന സമയമായിരുന്നെങ്കിലും ഞങ്ങളെ പരിഗണിക്കുന്നതിൽ അവർക്ക് സന്തോഷമേയുള്ളൂ. വിനീത് അഗർവാൾ എന്ന മെലിഞ്ഞു നീണ്ട ചെറുപ്പക്കാരനാണ് ബുള്ളറ്റിന്റെ സ്പെഷ്യലിസ്റ്റ്.

കാര്യം പറഞ്ഞ ഉടനെ അദ്ദേഹം വാഹനം സ്റ്റാർട്ട് ചെയ്ത് ഒരു റൗണ്ട് ഓടിച്ചു നോക്കി. തിരിച്ചു വന്ന് മുൻവശമൊക്കെ അഴിച്ചു പെറുക്കി വീണ്ടും മുറുക്കി ഒന്നുകൂടി ഓടിച്ചു നോക്കി. പൂർണതൃപ്തിയായില്ല. വീണ്ടും അഴിച്ചു. വീണ്ടും ഒന്നിപ്പിച്ചു.

കോണും ബോളും മാറ്റണം. നാളെ രാവിലെ ഗംഗോത്രിയിലേക്ക് പുറപ്പെടാൻ നിന്ന ഞങ്ങൾ വിഷമത്തിലായി. സമയം അപ്പോൾ എട്ടര മണിയായിരുന്നു. രണ്ടു മണിക്കൂറെങ്കിലും വേണം പണിക്ക്. ഇന്നെന്തായാലും തീർക്കാൻ പറ്റില്ല. അടുത്ത ദിവസം രാവിലെ ഒൻപതു മണിക്ക് തന്നെ എത്തി ഞങ്ങളുടെ വാഹനം ആദ്യം തന്നെ പണിഞ്ഞു തരാമെന്നു വിനീത് വാക്ക് തന്നു. കടയുടമ നിതേഷ് റാവത്തും മറ്റൊരു മെക്കാനിക്കായ പ്രഭാകറും സാക്ഷ്യപ്പെടുത്തി. ബൈക്കിന്റെ പരാതികൾ തീർക്കാതെ മുന്നോട്ടു പോകുക എന്നത് ചിന്തനീയം പോലുമല്ലാത്തതിനാൽ അങ്ങനെ തന്നെ എന്നു തീരുമാനിച്ചു.

അന്നു ചെയ്ത ജോലികൾക്ക് കൂലിയൊന്നും വേണ്ട, എല്ലാം കൂടി പിറ്റേന്ന് കൊടുത്താൽ മതി. ഇനി രാത്രി തങ്ങാനുള്ള ഇടം കണ്ടെത്തണം. പരമാവധി ചെലവ് കുറഞ്ഞ, അത്യാവശ്യം വൃത്തിയുള്ള ഒരിടം. ഞങ്ങൾ ടൗണിനുള്ളിലേക്ക് വണ്ടിയോടിച്ചു. ഭഗീരഥിയിലേക്ക് ഇറങ്ങി നിൽക്കുന്ന ഒരു കൂറ്റൻ മലയുടെ പള്ള തുളച്ചുണ്ടാക്കിയ തുരങ്കമാണ് പ്രവേശന കവാടം. വാരാണസി കടലിൽ മുങ്ങുമ്പോൾ പ്രതാപം പിടിക്കാൻ തയ്യാറായി നിൽക്കുന്ന വിശ്വ

നാഥന്റെ മറ്റൊരു കാശിയിലേക്ക് ഞങ്ങൾ പ്രവേശിച്ചു. അധികം അലയാതെ തന്നെ അന്വേഷിച്ചു നടന്ന ലോഡ്ജ് കണ്ടെത്തി. ഹോട്ടൽ യുവരാജ്. മുന്നൂറു രൂപയാണ് വാടക. ഉടമസ്ഥൻ പിൻകുടുമ വച്ച ഒരു ചെറുപ്പക്കാരനാണ്. താഴെ ഒരു ചായക്കടയുമുണ്ട്. വഴിയിൽ നിന്നു ഭക്ഷണം കഴിച്ചതിനാൽ മൂന്നാമത്തെ നിലയിലെ മുറിയിലേക്ക് ബാഗുകളും വലിച്ചിഴച്ചു കയറി.

രണ്ടു കട്ടിലുകൾ ചേർത്തിടാൻ മാത്രം വലുപ്പമുള്ള ചെറിയ മുറി. കുളിമുറിയും കക്കൂസും ഉള്ളിൽ തന്നെയാണ്. തരക്കേടില്ലാത്ത വൃത്തിയുണ്ടെന്ന് ഉറപ്പാക്കിയാണ് മുറിയെടുത്തത്. നന്നായൊന്നു കുളിച്ച്, പകലത്തെ തിരക്കിനിടയിൽ വിളിക്കാൻ മറന്നവരെയൊക്കെ വിളിച്ച ശേഷം ഉറങ്ങി.

○○

12. 09. 2018
ഉത്തരകാശി

യാത്ര തുടങ്ങിയ ശേഷം മിക്കവാറും ദിവസങ്ങളിലും വെളുപ്പിനെ നാലരയോടെ ഉണരുന്നുണ്ട്. ഉറങ്ങുന്ന ചേട്ടനെ ബുദ്ധിമുട്ടി ക്കാതെ പല്ലൊക്കെ തേച്ചു പുറത്തിറങ്ങി ബാൽക്കണിയിൽ നരച്ച ഇരുട്ടിന്റെ പുതപ്പ് മൂടിയുറങ്ങുന്ന ഉത്തരകാശിയെ നോക്കി നിന്നു. മറുവശത്ത് നിരയിട്ട കെട്ടിടങ്ങൾക്കപ്പുറം ധ്യാനത്തിൽ ഒഴുകുന്ന ഭാഗീരഥി. അതിനപ്പുറത്തേക്കും പരന്നു കിടക്കുന്ന ഉത്തരകാശി പട്ടണം. അതിനും പിന്നിൽ പച്ചയുടുപ്പിട്ടു മഞ്ഞു കിരീടം ചൂടിയ മലകൾ അതിരിട്ടു നിൽക്കുന്നു. ഉത്തരകാശി ഇടത്തരം വലുപ്പം മാത്രമുള്ള ഒരു നഗരമാണ്. കാശിയിൽ (വാരാണസി) ഉള്ളതു പോലെ തന്നെ ഒരു വിശ്വനാഥ ക്ഷേത്രം ഇവിടെയുമുണ്ടെങ്കിലും നിലവിൽ ഗംഗോത്രി യാത്രയുടെ ഇടത്താവളം എന്ന നിലയി ലാണ് പ്രാധാന്യം. പക്ഷേ, അധികം വൈകാതെ ഇവിടം ശിവാരാ ധനയുടെ പ്രധാന കേന്ദ്രമാകുമെന്നാണ് വിശ്വാസം. കലിയുഗ പ്രളയത്തിൽ കാശി മുങ്ങിപ്പോകുമ്പോഴാണ് അതുണ്ടാകുക. പുരാ ണ പ്രസിദ്ധമായ മാർക്കണ്ഡേയ കഥ അരങ്ങേറിയ സ്ഥലമാണ് കാശി. തന്റെ ഉത്തമഭക്തനു വേണ്ടി മരണത്തെ കൊന്ന ഭഗവാന്റെ കാരുണ്യത്തിനു സാക്ഷ്യം വഹിച്ച മണ്ണ്.

ഇനി ആ കഥ പറയാം.

മഹാതാപസനായ മൃകണ്ഡുവും പത്നി മരുദ്വതിയും സത് പുത്രലാഭത്തിനായി ശിവനെ തപസ്സു ചെയ്തു. തപസ്സിൽ പ്രസാ ദിച്ചു പ്രത്യക്ഷനായ ഭഗവാനോട് മുനി ആഗ്രഹം അറിയിച്ചു. ആഗ്രഹമറിഞ്ഞ ചന്ദ്രശേഖരൻ മഹർഷിക്കു മുൻപിൽ രണ്ടു സാധ്യതകൾ അവതരിപ്പിച്ച് അതിലൊന്ന് തിരഞ്ഞെടുക്കാൻ

ആവശ്യപ്പെട്ടു. ഒന്ന്, അതീവ ബുദ്ധിമാനും നല്ലവനും എന്നാൽ അൽപായുസ്സുമായ മകൻ; രണ്ട്, മണ്ടനും കെട്ടവനും എന്നാൽ ദീർഘായുസ്സുമായ മകൻ. ആദ്യത്തേത് തിരഞ്ഞെടുക്കാൻ മൃകണ്ഡുവിന് അൽപ്പം പോലും ആലോചിക്കേണ്ടി വന്നില്ല. മരുധ്വതി ഗർഭിണിയായി യഥാകാലം ആരോഗ്യവാനായ ഒരാൺകുട്ടിയെ പ്രസവിച്ചു. മാർക്കണ്ഡേയൻ എന്നു നാമകരണം ചെയ്യപ്പെട്ട അവൻ ഓടിക്കളിച്ച് വളർന്നു. ശിവഭക്തനായ അവൻ ചെറുപ്പത്തിൽ തന്നെ പഠിക്കാനുള്ളവയൊക്കെ ഹൃദിസ്ഥമാക്കി. മകന്റെ വളർച്ച മാതാപിതാക്കളിൽ ആധിയും വളർത്തി. പതിനാറു വയസ്സുവരെ മാത്രമാണല്ലോ അവന് ആയുസ്സ്. ഒടുവിൽ ആ ദിനം വളരെ അടുത്തെത്തി. മാതാവിന് ദുഃഖം അടക്കി നിർത്താനായില്ല. അവർ വാവിട്ട് നിലവിളിച്ചു. കാര്യം ആരാഞ്ഞ മാർക്കണ്ഡേയനോട് അവർ വിവരങ്ങളെല്ലാം പറഞ്ഞു. മാതാപിതാക്കളെ ആശ്വസിപ്പിച്ച ശേഷം അവൻ ശിവാരാധനയ്ക്കായി പോയി. കാലമെത്തിയ ആത്മാവിനെ കൊണ്ടു വരുന്നതിനായി മരണദേവനായ യമൻ, കിങ്കരരെ അയച്ചു. എന്നാൽ ശിവാരാധനയിൽ മുഴുകിയിരുന്ന ബാലകന്റെ ചൈതന്യം മൂലം അവന്റെ സമീപത്തേക്ക് എത്താൻ പോലും അവർക്കായില്ല. അവർ തിരിച്ചു പോയി കാലനെ വിവരമറിയിച്ചു. യമൻ നേരിട്ടു തന്നെയെത്തി ബാലകന്റെ കഴുത്തു ലക്ഷ്യമാക്കി കാലപാശമെറിഞ്ഞു. പക്ഷേ, നിർഭാഗ്യവശാൽ കയറിന്റെ കുടുക്ക് വീണത് ശിവലിംഗത്തെയും കൂടി ചേർത്താണ്. ക്ഷുഭിതനായ മഹദേവൻ ലിംഗം പിളർന്ന് പ്രത്യക്ഷനായി കാലനെ വധിച്ചു, കാലകാലനായി. യമന്റെ മരണത്തോടെ ലോകത്തിന്റെ സന്തുലിതാവസ്ഥ നഷ്ടപ്പെടുമെന്ന് മനസ്സിലാക്കിയ ദേവകൾ വിഷ്ണുവിന്റെ നേതൃത്വത്തിൽ യമനെ പുനരുജ്ജീവിപ്പിക്കാൻ മഹാദേവനോട് അഭ്യർത്ഥിച്ചു. പ്രീതി പൂണ്ട ഭഗവാൻ അപേക്ഷ കൈക്കൊണ്ടു. ഒപ്പം മർക്കണ്ഡേയന് ചിരഞ്ജീവിതവും വരമായി നൽകി.

കുരുക്ഷേത്രത്തിനടുത്താണ് ഈ സംഭവം അരങ്ങേറിയതെന്നും, അല്ല തമിഴ്നാട്ടിലാണെന്നും അതത് നാട്ടുകാർ വിശ്വസിക്കുന്നുണ്ട്. എന്തായാലും ഉത്തരകാശി ജില്ലയിൽ തന്നെയുള്ള യമുനോത്രിയിലേക്കുള്ള നടവഴിക്കു സമീപമായി മാർക്കണ്ഡേയ തീർത്ഥമുണ്ട്. അവിടെ അദ്ദേഹം ദീർഘകാലം താമസിച്ചു എന്നാണ്

വിശ്വാസം. ഭാഗവത പുരാണത്തിൽ മാർക്കണ്ഡേയ മുനിയുടെ പ്രളയകാല അനുഭവം വിവരിക്കുന്നുണ്ട്. ഉത്തരകാശിയിൽ വിശ്വ നാഥ ക്ഷേത്രത്തിൽ മർക്കണ്ഡേയനെയും ഉപദേവതയായി പ്രതിഷ്ഠിച്ചു പൂജിച്ചു വരുന്നു.

മാർക്കണ്ഡേയ പുരാണത്തിൽ മുഴുകിയിരുന്ന മനസ്സ് ഉണർന്ന പ്പോൾ പുറത്തു വെളിച്ചം വീണു കഴിഞ്ഞിരുന്നു. താഴേക്കിറങ്ങി ലോഡ്ജ് ഉടമസ്ഥന്റെ കടയിൽ നിന്നു മധുരം കുറച്ചൊരു ചായ വാങ്ങി കുടിച്ചു തിരികെ മുറിയിലേക്ക് കയറി. രാവിലെ വിശ്വനാഥനെ ദർശിച്ചനുഗ്രഹം വാങ്ങിയിട്ട് വേണം വർക്ക്ഷോപ്പിലേക്കു പോകാൻ. പ്രധാന റോഡിൽ നിന്ന് അൽപ്പം ഉള്ളിലേക്ക് മാറി ഭാഗീരഥിയുടെ കിഴക്കേ തീരത്താണ് വിശ്വനാഥ ക്ഷേത്രം. ക്ഷേത്രത്തിന്റെ പുറം കവാടത്തിനു മുൻവശം വിശാലമായ നിരത്താണ്. നിരത്തിന് കിഴക്ക് മാറി കുളം. കുളത്തിന് നേരെ തിരിഞ്ഞു പീഠത്തിൽ നിൽക്കുന്ന ബാല്യം വിടാത്ത ശിവൻ. കവാടത്തിന് ഇരുവശവും നിരനിരയായി കടകൾ. രാവിലെ ആയതിനാൽ മിക്കവയും അടഞ്ഞു കിടക്കുന്നു. ഉള്ളിലേക്ക് കടന്നാൽ ആദ്യം കാണുന്നത് കല്ലുപാകിയ വഴിയുടെ ഓരത്തായി വിശ്വനാഥന് നേരെ മുമ്പിലായുള്ള ശക്തി ക്ഷേത്രമാണ്. തറനിരപ്പിൽ നിന്ന് ഉയർത്തി നിർമിച്ചിട്ടുള്ള അടിസ്ഥാനത്തിലാണ് വിശ്വനാഥ ക്ഷേത്രം നിർമിച്ചിരിക്കുന്നത്. പടികൾ കയറി വേണം ശ്രീകോവിലിനു മുമ്പിലെത്താൻ. അവിടെ നന്ദി. കേദാർനാഥ് ക്ഷേത്രത്തിന്റെ ചെറു പതിപ്പാണ് ഉത്തര കാശിയിലെ വിശ്വനാഥ ക്ഷേത്രം. അധികം തിരക്കില്ല.

ശ്രീകോവിലിന് തൊട്ടു പുറത്തായി ഗണപതിയും ശ്രീ പാർവതിയും. ഞങ്ങൾ എത്തുമ്പോൾ ഏതാനും ഭക്തർ, സ്ത്രീകളും പുരുഷന്മാരും ശ്രീകോവിലിനുള്ളിൽ പ്രതിഷ്ഠയ്ക്കു ചുറ്റുമിരുന്നു പൂജയിൽ പങ്കെടുക്കുന്നു. പൂജാരി മന്ത്രങ്ങൾ ചൊല്ലി പൂജാ ദ്രവ്യങ്ങൾ അർപ്പിക്കുന്നു. നിതാന്ത തപസ്സിലാണ് വിശ്വനാഥൻ ഇവിടെ. ഭക്തനും വല്ലാത്ത ശാന്തിയും സമാധാനവും അനുഭവിക്കാനാവുന്നുണ്ട്. ദക്ഷിണ ദിക്കിലേക്ക് അല്പം ചരിഞ്ഞ നിലയിലാണ് പരശുരാമൻ നിർവഹിച്ച ആ ലിംഗ പ്രതിഷ്ഠ. യമദേവൻ കാലപാശം ചുറ്റി വലിച്ചതിനാലാണ് ആ ചെരിവുണ്ടായതെന്നാണ് ഐതിഹ്യം. മുമ്പിൽ മുട്ടുകുത്തിയിരുന്നു പ്രതിഷ്ഠയിൽ നെറ്റി ചേർ

ത്തുവച്ചു പ്രാർത്ഥിച്ചപ്പോൾ ശരീരത്തിലേക്ക് വല്ലാത്ത ഊർജപ്രവാഹം അനുഭവപ്പെട്ടു. പൂജാരി നെറ്റിയിൽ ചാർത്തിയ തിലകവും കൈകളിൽ തന്ന പ്രസാദവും ഭക്തിയോടെ സ്വീകരിച്ചു. മുമ്പേ വന്നവർ പൂജകഴിഞ്ഞു പോയ ഒഴിവിൽ അൽപ്പസമയം ശ്രീകോവിലിനുള്ളിൽ ശാന്തമായി, പൂജാരി ചൊല്ലുന്ന ശിവ സഹസ്രനാമാർച്ചന കേട്ടങ്ങനെ ഇരുന്നു. ഇതെഴുതുമ്പോഴും കണ്ണടച്ചാൽ ദേവദേവന്റെ അനുഗ്രഹസ്പർശം മൂർദ്ധാവിൽ അനുഭവിക്കാനാവുന്നുണ്ട്. ശംഭോ, മഹാദേവ!

പുറത്തു ക്ഷേത്രത്തിന് വടക്കു ഭാഗത്തായി ധ്യാനാവസ്ഥയിൽ തന്നെയുള്ള സാക്ഷി ഗോപാലനും മർക്കണ്ഡേയനും. വിശ്വനാഥന് നേരെ മുമ്പിലാണ് ശക്തി ക്ഷേത്രം. അവിടെ ശക്തിസ്വരൂപിണിയായ ദേവിയെ 19.5 അടി ഉയരമുള്ള തൃശൂലമായി ആരാധിക്കുന്നു. ദുർഗ്ഗ അസുരരെ കൊല്ലാനായി ഉപയോഗിച്ച ആ ശൂലം മഹാദേവന്റെ ത്രിശൂലത്തിന്റെയും മഹാവിഷ്ണുവിന്റെ ശ്രീ ചക്രത്തിന്റെയും പരശുരാമന്റെ മഴുവിന്റെയും ശക്തി ചേർത്തു നിർമ്മിക്കപ്പെട്ടതത്രെ. എന്തായാലും അതുപയോഗിച്ച ദേവിയുടെയും അതിനാൽ കൊല്ലപ്പെട്ട അസുരരുടെയും വലുപ്പം ചിന്തനീയം തന്നെ! ചെമ്പും ഇരുമ്പും ചേർത്തു നിർമ്മിച്ചിട്ടുള്ള ആ തൃശൂലത്തിന് 1500 വർഷത്തിലധികം പഴക്കം കണക്കാക്കുന്നു.

ദേവിയെ തൊഴുതു പുറത്തിറങ്ങി ഞങ്ങൾ നേരെ വർക്ക്ഷോപ്പിലേക്കു തിരിച്ചു. ഒൻപതേകാലായപ്പോഴാണ് മെക്കാനിക്ക് എത്തിയത്. ബൈക്ക് ഏൽപ്പിച്ചു ഞങ്ങൾ വീണ്ടും ടൗണിനുള്ളിലേക്ക് മടങ്ങി. ഗോമുഖിലേക്ക് പോകാനുള്ള അനുമതിപത്രത്തിൽ പതിക്കേണ്ടി വരുമെന്ന് ഞങ്ങൾ വിചാരിച്ച ഫോട്ടോ എടുക്കുന്നതിനാണ് പോയത്. പോയിവരാൻ തന്റെ സ്കൂട്ടർ വിട്ടുതരുന്നതിൽ ഉടമസ്ഥനായ നിതേഷ് രാവത്തിന് സന്തോഷമേ ഉണ്ടായിരുന്നുള്ളൂ. ഫോട്ടോയെടുത്തു സാവകാശം കാപ്പികുടിയും നടത്തി പതിനൊന്ന് മണിയോടെ ഞങ്ങൾ വീണ്ടും വർക്ക് ഷോപ്പിൽ ഹാജരായി. ജോലി തകൃതിയായി നടക്കുന്നു. എങ്കിലും ഓടിച്ചു നോക്കി പരിപൂർണ്ണ തൃപ്തനായി വാഹനം തിരിച്ചു നൽകിയത് 12 മണിക്ക്. നന്നാക്കാൻ ആവശ്യമായി വന്ന സ്പെയർ പാർട്സുകളുടെ വില മാത്രമേ ബില്ലിട്ടിട്ടുള്ളു. കേരളത്തിൽ നിന്നു ബൈക്കും കൊണ്ടു ഹിമാലയം ചുറ്റാൻ വന്ന ശിവഭക്തരായ ഞങ്ങളിൽ

നിന്നു പണിക്കൂലി വാങ്ങാൻ വിനീത് അഗർവാളിന് മടി. ഒടുവിൽ നിർബന്ധിച്ച് ദക്ഷിണപോലെ കുറച്ചു രൂപ വിനീതിനു നൽകി ഞങ്ങൾ മടങ്ങി. അതിനുമുമ്പ് ഒരുമിച്ചൊരു ഫോട്ടോ. മടങ്ങിവരുമ്പോൾ കാണാമെന്ന് വാക്ക്.

ഉത്തരകാശിയിൽ നിന്നും 100 കിലോമീറ്റർ ദൂരമേയുള്ളൂ ഗംഗോത്രിയിലേക്ക്. പക്ഷേ, നാലുമണിക്കൂറെങ്കിലും വേണ്ടിവരും ഓടിയെത്താൻ. അതിനാൽ വെറുതെ കളയാൻ ഒട്ടും സമയമില്ല. പെട്ടെന്ന് തന്നെ മുറിയിലെത്തി ബാഗുകൾ ബൈക്കിൽ കെട്ടിവച്ചു പുറപ്പെട്ടു. ആദ്യത്തെ 25 കിലോമീറ്ററോളം മിക്കവാറും നദീതീരത്തുകൂടിയാണ് യാത്ര. ഇടയ്ക്ക് ചിലയിടങ്ങളിൽ കാലവർഷം തകർത്തിട്ടുണ്ടെങ്കിലും പൊതുവെ അത്ര മോശമല്ലാത്ത റോഡാണ്. തകർന്ന ഭാഗങ്ങൾ നന്നാക്കുന്നതിൽ വ്യാപൃതരായിരിക്കുന്ന ബോർഡർ റോഡ്സ് ഓർഗനൈസേഷൻ ജീവനക്കാർ. വഴിയിൽ ചരേതി എന്ന സ്ഥലത്തു നിന്ന് ഉച്ചഭക്ഷണം കഴിച്ചു. ചാവൽ, ദഹി, ഓംലറ്റ്. രുചികൂട്ടാൻ ചേട്ടൻ വീട്ടിൽ നിന്ന് കൊണ്ടുവന്ന ചമ്മന്തിപ്പൊടിയും. ഇനി മലകയറ്റമാണ്. പച്ചപുതച്ച മലകൾ ചുറ്റി മേലേക്ക് ഇനിയും മേലേക്ക് എന്നു പറഞ്ഞു റോഡ് പോകുകയാണ്. അതനുസരിച്ച് താഴെ ഭാഗീരഥി ആഴങ്ങളിലേക്ക് പോകുന്നു. ഒരു കയറ്റം ഉണ്ടെങ്കിൽ ഒരിറക്കവും കാണും എന്ന മലയാളത്തിലെ ചൊല്ല് ഹിമാലയ യാത്രയ്ക്കും ചേരും. നല്ല ഉയരം കയറിക്കഴിഞ്ഞാൽ പിന്നെ അതേപോലെ ഇറക്കമാണ്. ഗംഗോത്രിക്കു മുൻപ് ഗംഗാ നാനി എന്നൊരു സ്ഥലമുണ്ടെന്നും ഗംഗോത്രിയിൽ എത്താൻ വൈകുന്ന പക്ഷം അവിടെ തങ്ങാം എന്നുമാണ് ചേട്ടന്റെ പക്ഷം. മറ്റു സമാന്തര ലോകങ്ങളിൽ നിന്ന് അദൃശ്യരായി മുനിമാർ സന്ദർശിക്കാനെത്തുന്ന അവിടെ ഒരു രാത്രി തങ്ങുന്നത് അനുഗ്രഹദായകമാണത്രേ.

കയറ്റങ്ങളും ഇറക്കങ്ങളും പലതു പിന്നിട്ടു ഞങ്ങൾ സുഖിയിൽ എത്തി. കയറ്റത്തിൽ വഴിയരുകിൽ ഒരു ചെറിയ കട. വഴിയോരക്കടകൾ പൊതുവെ എന്റെ വീക്നെസ് ആണ്. ഈ യാത്ര വളരെ ചുരുങ്ങിയ സമയം കൊണ്ട് തീർക്കേണ്ടതുള്ളതുകൊണ്ടുമാത്രം പരമാവധി ഒഴിവാക്കുന്നു എന്നേയുള്ളൂ. പക്ഷേ, മലഞ്ചെരുവിൽ റോഡരികത്തു താഴ്വരയിൽ നിന്നു മുളച്ചു വന്നത് പോലെ നിൽക്കുന്ന ആ കടയിൽ ഇറങ്ങാതിരിക്കാൻ കഴിഞ്ഞില്ല. അൻപത് വയ

സ്സെങ്കിലും പ്രായമുള്ള കൃപാൽ സിങ് റാണയാണ് ഉടമസ്ഥൻ. ചായ, ബ്രെഡ്, ബിസ്കറ്റ്, മിഠായികൾ, സിഗരറ്റ്, പാൻ എന്നിവ യ്ക്ക് പുറമെ സ്വന്തം തോട്ടത്തിൽ നിന്നു കൊണ്ടുവന്ന ആപ്പിളും വിൽക്കാൻ വച്ചിട്ടുണ്ട്. കിലോയ്ക്ക് നാൽപ്പത് രൂപ മാത്രം. ഗംഗാ നാനി പിന്നിട്ട് അനവധി കിലോമീറ്ററുകൾ ഞങ്ങൾ മുന്നേറിക്ക ഴിഞ്ഞു എന്നു കൃപാലിൽ നിന്നാണ് അറിഞ്ഞത്. ചേട്ടന്റെ മേൽ നോട്ടത്തിൽ തയ്യാർ ചെയ്ത ഓരോ ഗ്ലാസ് ചായയും ബിസ്ക്കറ്റും കഴിച്ചു ഞങ്ങൾ ഒരു കിലോ ആപ്പിളും വാങ്ങി വീണ്ടും മലകയറി. സുഖിടോപ്പ് കഴിഞ്ഞാൽ വീണ്ടും ഇറക്കമാണ്. ഇവിടം ധാരാളം കടകളും റിസോർട്ടുകളും ഉള്ള സ്ഥലമാണ്. അവിടേ ക്കുള്ള വഴിയുടെ ഇരുവശവും ആപ്പിൾ തോട്ടങ്ങളാണ്. പരമ്പരാ ഗത രീതിയിൽ നിർമിച്ചിട്ടുള്ള ഗ്രാമീണ വസതികൾക്കിടയിൽ ആധുനിക സജ്ജീകരണങ്ങളോടെയുള്ള അതിഥി മന്ദിരങ്ങൾ. അടുത്ത പ്രധാന സ്ഥലം ഹർഷിൽ ആണ്. സാധാരണക്കാരും ഉണ്ടെങ്കിലും ഇവിടം പ്രധാനമായും ഒരു പട്ടാള കേന്ദ്രമാണ്. പൈൻ മരങ്ങൾ നിറഞ്ഞ കുന്നിറങ്ങി ഞങ്ങൾ ഹർഷിലിൽ എത്തി. ഭാഗീ രഥി അലസയായി ഒഴുകുന്നു. ഗ്രാമം അതിമനോഹരം. പക്ഷേ, യൂണിയൻ ബാങ്കിന്റെ ഒരു എടിഎം ഉണ്ട് എന്നതാണ് ഞങ്ങളെ ആകർഷിച്ച ഘടകം. ഉത്തരകാശിയിൽ തിടുക്കം മൂലവും വഴിയിൽ അപൂർമായി കണ്ട എടിഎമ്മുകൾ കാലിയായിരുന്നതിനാലും പേഴ്സിൽ നാലായിരത്തിൽ താഴെ രൂപയേ ശേഷിച്ചിരുന്നുള്ളൂ. ഹർഷിൽ കഴിഞ്ഞാൽ പിന്നെ എടിഎം സൗകര്യം ഇല്ല. പ്രധാന റോഡിൽ നിന്നു കുറച്ച് ഉള്ളിലേക്ക് മാറിയാണ് ബാങ്ക്. പട്ടാള ക്യാമ്പിനുള്ളിലൂടെയാണ് അവിടേക്ക് പോകേണ്ടത്. പരിശോധന കൾ ഒന്നുമില്ലാതെ തന്നെ ഞങ്ങൾ കടന്നുപോയി. നദിക്കു കുറു കെയുള്ള പാലം കടന്നെത്തുന്ന ഒരു ചെറിയ കവലയിലാണ് ബാങ്ക്. ബാങ്കിനുള്ളിലാണ് എടിഎം. നാലു മണി കഴിഞ്ഞതെ യുള്ളൂ. ജീവനക്കാർ ജോലിയിലുണ്ട്. വണ്ടി റോഡരുകിൽ നിർ ത്തി, സ്കൂൾ വിട്ടു വരുന്ന യൂണിഫോംധാരികളായ കുട്ടികളെ കടന്ന് ബാങ്കിനുള്ളിൽ കയറി. എടിഎം പ്രവർത്തനക്ഷമം തന്നെ. പക്ഷേ, ചോദിച്ച അയ്യായിരം പണം തരാനില്ല! രണ്ടായിരം? അതു മില്ല. ആയിരമോ? തദൈവ! ബാങ്കിലെ ജീവനക്കാരോട് ചോദിച്ച പ്പോൾ തീർന്നുകാണും എന്ന മറുപടി മാത്രം. എടിഎം നിറയ്

ക്കൽ ഇപ്പോൾ അവരുടെ ജോലി അല്ലല്ലോ! വരും പോലെ വരട്ടെ എന്നു കരുതി ഞങ്ങൾ യാത്ര തുടർന്നു. ഹാർഷിൽ കഴിഞ്ഞാൽ പിന്നെയും റോഡ് മല കയറാൻ തുടങ്ങും. ഗംഗോത്രിയിലേക്ക് ഇനിയും 24 കിലോമീറ്റർ ദൂരമുണ്ട്. നന്നായി ടാർ ചെയ്ത വീതിയുള്ള റോഡ്. പൈൻ മരങ്ങൾ നിറഞ്ഞ കുന്നുകൾ ഒരുവശത്ത്, ആഴത്തിൽ ആർത്തലച്ചൊഴുകുന്ന ഭാഗീരഥി മറുവശത്ത്. അഞ്ചു മണിയോടെ ഞങ്ങൾ ഗംഗോത്രിയിലെത്തി. തീർത്ഥാടകരും കച്ചവടക്കാരും ഗൈഡുകളും കുതിരക്കാരും എല്ലാം കൂടി തിങ്ങിനിറഞ്ഞ മലഞ്ചെരുവിലെ ഒരു ചെറു പട്ടണം. വലിയ വാഹനങ്ങൾ പാർക്ക് ചെയ്യാൻ പ്രത്യേക സ്ഥലമുണ്ട്. ബൈക്ക് നിർത്തിയപ്പോൾ തന്നെ ഗൈഡിനെയും അന്നത്തെ താമസ സ്ഥലത്തിന്റെ കൈകാര്യക്കാരനെയും കണ്ടു മുട്ടി.

നേപ്പാൾ സ്വദേശിയായ തുൾസി സഹിയാണ് ഗൈഡ്. മൂന്നു ദിവസത്തേക്ക് 4000 രൂപയാണ് ഞങ്ങളുടെ വഴികാട്ടി ആകുന്നതിനുള്ള ഫീസ്. ഭക്ഷണവും താമസവും നമ്മുടെ ചുമതലയാണെന്ന് പ്രത്യേകം പറഞ്ഞില്ല. പക്ഷേ, അത് അങ്ങനെയാണ്. ഗോമുഖ് വരെ പോകാനുള്ള ഔദ്യോഗിക അനുമതിയേ യാത്രികർക്ക് കിട്ടു എങ്കിലും ആഗ്രഹം പറഞ്ഞപ്പോൾ ഞങ്ങളോടൊപ്പം തപോവനിലേക്കും വരാൻ തയ്യാറാണ്. ആകെ 4000 രൂപ മാത്രമേ കൈവശമുള്ളു എന്നു പറഞ്ഞപ്പോൾ 3000 രൂപയ്ക്ക് വരാമെന്നേറ്റു. തിരികെ വരുമ്പോൾ നൽകിയാൽ മതി എന്ന ഉറപ്പിൽ തുൾസിയെ വഴികാട്ടിയായി നിയമിച്ചു! നേപ്പാളിൽ നിന്നുള്ള മറ്റനേകം പേരെ പോലെ തുൾസിയും വർഷത്തിൽ ആറുമാസത്തിലധികം ഇവിടെ മല മടക്കുകളിൽ തീർത്ഥാടകർക്ക് വഴികാട്ടിയായി ജോലിയെടുക്കുന്നു. തുൾസിയുടെ ചേട്ടൻ നവീൻ സഹി റോയൽ ട്രെൻ ആൻഡ് ടൂർ ഫൗണ്ടേഷൻ എന്ന പേരിൽ ഒരു ട്രാവൽ ഏജൻസി നടത്തുന്നുണ്ട്. നവീനിന്റെ അക്കൗണ്ടിലേക്ക് നാട്ടിൽ നിന്നു പണം കൈമാറി 5000 രൂപ വാങ്ങാനൊരു ശ്രമം നടത്തി. പരാജയപ്പെട്ട ഏതാനും ശ്രമങ്ങൾക്ക് ശേഷം, ഉപേക്ഷിച്ചു. വരുന്നത് വരട്ടെ! ഒന്നും പറ്റിയില്ലെങ്കിൽ തപോവൻ യാത്ര കഴിഞ്ഞു തിരിച്ചു വന്ന ശേഷം ഹർഷിലിൽ പോയി എടിഎമ്മിൽനിന്നു പണമെടുത്തു കൊടുക്കാം.

അവിടെയൊരു ചെറിയ സത്രത്തിന്റെയും അതിനോടൊപ്പമുള്ള ചെറു ഭക്ഷണശാലയുടെയും മേൽനോട്ടക്കാരനാണ് ഭരത് സിംഗ്.

രണ്ടുപേർക്കു കിടക്കാനുള്ള ബാത്ത് അറ്റാച്ച്ഡ് മുറിക്ക് 200 രൂപ ഒരു ദിവസത്തെ ചാർജ്. സീസൺ കഴിയാറായതിന്റെ ആനുകൂല്യ മാണ്. നല്ല വൃത്തിയുള്ള മുറി. തണുപ്പിനെ ചെറുക്കാൻ ആവശ്യ മായ കമ്പിളിപ്പുതപ്പുകളും കട്ടിയുള്ള സുഖകരമായ കിടക്കയും. വൈദ്യുതി കണക്ഷനുമുണ്ട്. ഗോമുഖിലേക്ക് പോകുന്നതിനുള്ള പാസ്സ് വാങ്ങാനായി ഞങ്ങൾ തുൾസിയോടൊപ്പം വനം വകു പ്പിന്റെ ഓഫീസിലേക്ക് പുറപ്പെട്ടു. രാവിലെ 7 മണി മുതൽ 10 മണി വരെയും വൈകുന്നേരം 5 മണി മുതൽ 7 വരെയുമാണ് പാസ്സ് വി തരണം. വിദേശികൾ ഉൾപ്പെടെ ഏതാനും ചിലർ മാത്രമേ ആവ ശ്യക്കാരായി ഉണ്ടായിരുന്നുള്ളൂ. ഭൂരിപക്ഷവും ഗംഗോത്രി ക്ഷേത്ര ത്തിൽ തൊഴുതു മടങ്ങുകയാണ് പതിവ്. തിരിച്ചറിയൽ രേഖക ളുടെ പകർപ്പുകൾ നൽകി അപേക്ഷാ ഫോം പൂരിപ്പിച്ചു പാസ്സ് വാങ്ങി. ഉത്തര കാശിയിൽ നിന്നെടുത്ത ഫോട്ടോ ആവശ്യം വന്നി ല്ല. വഴിയിലുള്ള വനം വകുപ്പിന്റെ ഓഫിസിൽ പിറ്റേന്നു യാത്രയ് ക്കിടെ ഫീസ് ഒടുക്കിയാൽ മതിയാകും. ഒറ്റയ്ക്കുള്ള യാത്രയ്ക്ക് അനുമതിയില്ല. തപോവനിലേക്കു പോകരുത് എന്ന വ്യക്തമായ നിർദ്ദേശം പാസിൽ ഉൾപ്പെടുത്തിയിട്ടുണ്ട്. പലരും ആ നിർദ്ദേശം പാലിക്കില്ല എന്ന് ഉദ്യോഗസ്ഥർക്കുതന്നെ അറിയാം. പാസ്സ് വാങ്ങി ബാഗുകൾ മുറിയിൽ വച്ചു പൂട്ടിയ ശേഷം ഗൗരികുണ്ഡ്, സൂര്യകുണ്ഡ് എന്നിവ കണ്ടു ഗംഗോത്രി ക്ഷേത്രത്തിൽ ദർശനം നടത്തുന്നതിനായി തുൾസിയോടൊപ്പം പുറപ്പെട്ടു. അവിടെയും ഗംഗാ ആരതിയുണ്ട്. പാറകളിൽ ശക്തമായ ജലപാതം മൂലം സൃഷ്ടിക്കപ്പെട്ടവയാണ് സൂര്യകുണ്ഡും ഗൗരികുണ്ഡും. രണ്ടും അ ടുത്തടുത്തു തന്നെയാണ്. 2013-ൽ സന്ദർശിക്കുമ്പോൾ നദിയുടെ ആഴം ഇപ്പോഴുള്ളതിന്റെ നാലിലൊന്നുപോലും ഉണ്ടായിരുന്നില്ല എന്ന് ചേട്ടൻ പറഞ്ഞു. ഒട്ടനവധി തീർത്ഥാടകരുടെ ജീവനാശ ത്തിനു കാരണമായ 2013 ലെ പ്രളയത്തിന് തൊട്ടു മുമ്പായിരുന്നു ജ്യോതിച്ചേട്ടൻ അന്ന് ഗോമുഖ് സന്ദർശിച്ചത്.

അല്പം കൂടി മുകളിലായി വിശാലമായ നദിയുടെ തീരത്തു നിന്നു കുറച്ചു മുകളിലേക്ക് മാറിയാണ് ക്ഷേത്രം. സ്നാന ഘട്ട ങ്ങളും സത്രങ്ങളും അതിഥി മന്ദിരങ്ങളും ചില ചെറു ക്ഷേത്ര ങ്ങളും കടന്നുചെല്ലുമ്പോൾ, കല്ലു പാകിയ വിശാലമായ മുറ്റത്തിന് പുറകിലായാണ് ഗംഗോത്രി ക്ഷേത്രം. ഭഗീരഥപ്രാർത്ഥനയാൽ സ്വർ

ഗംഗ മനസ്സില്ലാമനസ്സോടെ ഭൂമിയിൽ കാൽ കുത്തിയത് ഇവിടെ യാണെന്നു വിശ്വാസം.

ഐതിഹ്യം ഇങ്ങനെയാണ്. ശത്രുനിഗ്രഹം പൂർത്തിയാക്കിയ കോസലാധിപനും സൂര്യവംശജനുമായ സഗരൻ ദേവപ്രീതിക്കായി അശ്വമേധയാഗം നടത്താൻ നിശ്ചയിച്ചു. യാഗാശ്വത്തിന്റെ സംരക്ഷണച്ചുമതല സുമതി എന്ന റാണിയിൽ അദ്ദേഹത്തിനു ജനിച്ച 60,000 പുത്രന്മാരെയാണ് ഏല്പിച്ചത്. കേശിനിയിൽ ജനിച്ച സീമന്തപുത്രനായ അസമഞ്ജനെ സ്വഭാവദൂഷ്യത്തിന്റെ പേരിൽ രാജാവ് തന്നെ നാടുകടത്തിയിരുന്നു. സ്വഭാവദൂഷ്യം മറ്റൊന്നുമല്ല, രക്ഷിതാക്കളുടെ സംരക്ഷണയിൽ അല്ലാത്ത കുഞ്ഞുങ്ങളെ കണ്ടാൽ പിടിച്ചു സരയൂ നദിയിൽ മുക്കിക്കൊല്ലും. (ഭാഗവതത്തിൽ ഈ കഥയ്ക്ക് ഒരു തുടർച്ച കൂടിയുണ്ട്. മുജ്ജന്മത്തിൽ അസമഞ്ജൻ ഒരു മഹാതപസ്വി ആയിരുന്നു. മോശം കൂട്ടുകെട്ടിലൂടെ പാപവൃത്തികളിൽ മുഴുകിയതു കാരണം മോക്ഷം ലഭിക്കാതെ സൂര്യവംശത്തിൽ പുനർജനിക്കേണ്ടി വന്നതാണ്. എന്നാൽ, തന്റെ മുൻജന്മങ്ങൾ കാണാൻ ശേഷിയുണ്ടായിരുന്ന അസമഞ്ജസിനു കൊട്ടാരത്തിലെ ജീവിതം മടുത്തു. അടുത്ത രാജ്യാവകാശി ആകയാൽ സ്വയം രാജ്യം ഉപേക്ഷിച്ചു പോകാനും വയ്യ. ആയതിനാൽ ജനങ്ങളെക്കൊണ്ട് തന്നെ വെറുപ്പിക്കുന്നതിനും അതുവഴി നാടുകടത്തപ്പെട്ട് തപസ്സിനു പോകുന്നതിനും വേണ്ടി മനഃപൂർവം പാപവൃത്തികളിൽ മുഴുകുകയായിരുന്നത്രേ. നാടുകടത്തപ്പെട്ട ഉടനെ സരയൂവിൽ എറിഞ്ഞ കുഞ്ഞുങ്ങളെ തന്റെ തപോബലത്താൽ പുനർജനിപ്പിച്ച് അവരുടെ മാതാപിതാക്കളുടെ അടുത്തെത്തിച്ചു അസമഞ്ജൻ).

എന്തായാലും സഗരന്റെ അശ്വമേധയജ്ഞം ഇന്ദ്രന്റെ ഉറക്കം കെടുത്തി. യജ്ഞത്തിലൂടെ പുണ്യം സ്വരുക്കൂട്ടി തന്റെ സ്ഥാനം തട്ടിയെടുക്കുകയാണോ സഗരന്റെ ലക്ഷ്യം? ഇന്ദ്രൻ യാഗാശ്വത്തെ മോഷ്ടിച്ച് പാതാളലോകത്ത് ഏകാന്ത തപസ്സിൽ ഏർപ്പെട്ടിരുന്ന കപിലമഹർഷിയുടെ ആശ്രമത്തിൽ കൊണ്ടുപോയി കെട്ടിയിട്ടു. ഒരു വെടിക്ക് (അസ്ത്രത്തിന്) രണ്ടു പക്ഷി! യാഗാശ്വത്തെ കണ്ടെത്തുന്നതിനായി സഗരപുത്രന്മാർ അറുപതിനായിരം പേരും ചേർന്ന് ഭൂമിയുടെ മുക്കും മൂലയും അരിച്ചു പെറുക്കി. കിട്ടിയില്ല. എങ്കിൽ പിന്നെ പാതാളത്തിൽ നോക്കാം. അതിനായി അവർ ഭൂമി

കുഴിക്കാനാരംഭിച്ചു. അങ്ങനെ കുഴിച്ചു കുഴിച്ച് അഗാധമായ ഗർത്ത ങ്ങൾ സൃഷ്ടിച്ചു. ഇത്തരം ഗർത്തങ്ങളിൽ പിൽക്കാല പ്രളയത്തിൽ വെള്ളം നിറഞ്ഞാണത്രേ സമുദ്രങ്ങൾ രൂപപ്പെട്ടത്. സഗരപുത്രന്മാ രുടെ സൃഷ്ടി ആയതിനാലാണ് സമുദ്രത്തിന് സാഗരം എന്നു കൂടി പേർ സിദ്ധിച്ചത്.

ഭൂമി കുഴിച്ചു ഒടുവിൽ അവർ പാതാളത്തിൽ കപിലമഹർഷി യുടെ ആശ്രമത്തിൽ എത്തിച്ചേർന്നു. അവിടെയതാ യാഗാശ്വം. അടുത്തു തന്നെ തപസ്സിൽ മുഴുകി മുനിയും. സംശയമില്ല, മോഷ്ടാ വ് കപിലൻ തന്നെ. കോപിഷ്ഠരായ സഗരന്മാർ ആർത്തലച്ചട്ടഹ സിച്ച് മഹർഷിയുടെ നേരെ ആയുധങ്ങളുമായി പാഞ്ഞടുത്തു. പാതാളലോകത്തു പോലും മനസ്സമാധാനത്തോടെ തന്നെ തപസ്സ നുഷ്ഠിക്കാൻ അനുവദിക്കാത്തതിന്റെ ദേഷ്യത്തിൽ മുനി അവരെ കോപാഗ്നിയിൽ ഭസ്മമാക്കി. യാഗാശ്വവുമായി ലോകം ചുറ്റാൻ പോയ മക്കളെ കാണാതെ സഗരൻ ചിന്താക്ലാന്തനായി. അവരെ തിരഞ്ഞ് അസമഞ്ജന്റെ പുത്രനായ അംശുമാനെ അയച്ചു. യാഗാ ശ്വത്തെ അന്വേഷിച്ചു പോയ ഇളയച്ഛൻമാർ അവശേഷിപ്പിച്ച അട യാളങ്ങൾ പിന്തുടർന്ന് അംശുമാൻ കപിലമഹർഷിയുടെ ആശ്രമ ത്തിൽ എത്തിച്ചേർന്നു. ലക്ഷണങ്ങളിൽ നിന്നു വിവരം ഗ്രഹിച്ച ബുദ്ധിമാനായ അംശുമാൻ മഹർഷിയുടെ കാലിൽ വീണ് മാപ്പിര ക്കുകയും യാഗാശ്വത്തെ കൊണ്ടുപോകുന്നതിനുള്ള അനുമതി നേടുകയും ചെയ്തു. പക്ഷേ, ഇളയച്ഛൻമാരുടെ ശാപഗ്രസ്ഥരായ ആത്മാക്കളുടെ മോക്ഷത്തിനു ഗംഗയിലെ തീർത്ഥജലം തന്നെ വേണം. അന്ന് ഗംഗ സ്വർഗത്തിലാണ് ഒഴുകിയിരുന്നത്. ഗംഗയെ ഭൂമിയിലേക്ക് കൊണ്ടുവരാൻ സാധാരണ ശ്രമങ്ങളൊന്നും മതിയാ കുമായിരുന്നില്ല. രാജ്യകാര്യങ്ങളിൽ മുഴുകേണ്ടി വന്നതിനാൽ അംശുമാനോ അദ്ദേഹത്തിന്റെ പിൻഗാമികൾക്കോ അതിനാവശ്യ മായ സമയം കിട്ടിയതുമില്ല. മോക്ഷം ലഭിക്കാത്ത ആത്മാക്കൾ വേപഥു പൂണ്ടു. രാജ്യത്ത് അനർത്ഥങ്ങൾ നടമാടാൻ തുടങ്ങി. ഭഗീ രഥൻ രാജ്യഭാരം ഏൽക്കുമ്പോൾ അതിവൃഷ്ടി, അനാവൃഷ്ടി, കൃഷി നാശം, വന്യമൃഗങ്ങളുടെ ആക്രമണം തുടങ്ങിയവ മൂലം രാജ്യവും ജനങ്ങളും വലയുന്ന അവസ്ഥയിലായിരുന്നു. പിതൃക്കളുടെ ആത്മാക്കൾക്ക് മോക്ഷം ലഭിക്കാതെ രാജ്യഭാരം മുന്നോട്ടു കൊണ്ടുപോകാനാകാത്ത അവസ്ഥ. വിശ്വസ്തരായ മന്ത്രിമാരെ

ഭരണം ഏൽപ്പിച്ച് ഭഗീരഥൻ ഹിമാലയത്തിലെത്തി ബ്രഹ്മാവിനെ തപസ്സു ചെയ്തു. ആയിരം വർഷം നീണ്ട അതികഠിനമായ തപസ്സിനൊടുവിൽ പിതാമഹൻ ഭഗീരഥന്റെ മുമ്പിൽ പ്രത്യക്ഷപ്പെട്ടു. തപസ്വിയുടെ ആഗ്രഹം നിറവേറ്റാൻ ഗംഗയുടെ കൂടി പിതാവായ നാന്മുഖന് അൽപ്പം പോലും മടിയുണ്ടായില്ല. പക്ഷേ, സ്വർഗത്തിൽ നിന്നും താഴേക്കുള്ള ഗംഗയുടെ പതനത്തിന്റെ അപാരമായ ശക്തി താങ്ങാൻ ഭൂമിക്കാവില്ലല്ലോ! തന്നെയുമല്ല, മഹാകുറുമ്പിയായ ഗംഗ പൂർവാധികം ശക്തി സംഭരിച്ചാകും ഭൂമിയിലേക്കു പതിക്കുക എന്നും ബ്രഹ്മാവിന് ഉറപ്പുണ്ടായിരുന്നു. മക്കളുടെ സ്വഭാവത്തെക്കുറിച്ച് മാതാപിതാക്കൾക്കാവുമല്ലോ കൂടുതൽ തിട്ടം! പിതാമഹൻ തന്നെ അതിനൊരു പ്രതിവിധിയും നിർദ്ദേശിച്ചു. മഹാദേവനെ തപസ്സിലൂടെ പ്രസാദിപ്പിക്കുക. താഴേക്കു പതിക്കുന്ന ഗംഗയുടെ ശക്തിയെ താങ്ങാൻ അദ്ദേഹത്തിനേ കഴിയൂ. മഹനീയമായ ഒരു ലക്ഷ്യത്തിനു വേണ്ടിയുള്ള ഭഗീരഥന്റെ ശ്രമത്തെ മഹാദേവനും അനുകൂലിച്ചു. ക്ഷിപ്രകോപി എന്നതു പോലെ ക്ഷിപ്രപ്രസാദിയുമാണല്ലോ ദേവദേവൻ! മഹാദേവന്റെ സമ്മതം കിട്ടിയ ഭഗീരഥൻ വീണ്ടും ബ്രഹ്മാവിനെ സ്മരിച്ചു. പിതാമഹൻ മകളോട് ഭൂമിയിലേക്ക് ചെന്ന് ഭഗീരഥന്റെ ആഗ്രഹം പോലെ സഗരപുത്രന്മാരുടെ ആത്മാക്കൾക്ക് മോക്ഷം നൽകാൻ ആവശ്യപ്പെട്ടു. പിതാവിന്റെ ആജ്ഞ ധിക്കരിക്കാനാവാത്തതു കൊണ്ടു മാത്രം മനസ്സില്ലാമനസ്സോടെ ഗംഗ ഭൂമിയിലേക്ക് തിരിച്ചു. സ്വർഗസുഖത്തിൽ നിന്നു തന്നെ പുറത്താക്കിയതിലുള്ള വൈരാഗ്യം മൂലം തന്റെ സർവ ശക്തിയുമെടുത്ത്, പറ്റിയാൽ മഹാദേവനെ തന്നെ ഒഴുക്കിക്കൊണ്ടു പോകുക എന്ന ഉദ്ദേശ്യത്തോടെയായിരുന്നു ഗംഗയുടെ ചാട്ടം. പക്ഷേ, ചന്ദ്രശേഖരൻ സൗമ്യമായി ഗംഗയെ തന്റെ തിരുജടയിൽ ഏറ്റുവാങ്ങി എന്നു മാത്രമല്ല, അവളെ അവിടെ തളച്ചിടുകയും ചെയ്തു. പിന്നെ, ഭഗീരഥപ്രാർത്ഥനയിൽ മനമലിഞ്ഞ് ഗംഗയെ ഒരു നദിയായി പുറത്തേക്കൊഴുകാൻ അനുവദിച്ചു. അനുസരണയുള്ള കുട്ടിയെപ്പോലെ ഭാഗീരഥി ഭഗീരഥന്റെ കാൽപ്പാടുകളെ പിന്തുടർന്ന് അദ്ദേഹത്തിന്റെ പിതാമഹന്മാരുടെ ആത്മാക്കൾക്ക് മോചനം നൽകി എന്നതാണ് ശുഭപര്യവസായിയായ ആ കഥ.

പോകുന്ന വഴിയിൽ ജഹ്നു മഹർഷിയുടെ ആശ്രമത്തെ മുക്കി

ഒരിക്കൽ കൂടി ഭഗീരഥനെ ബുദ്ധിമുട്ടിക്കാൻ ആ കുറുമ്പുകാരി മറന്നില്ല എന്നു മാത്രം. എന്തായാലും, ആ ഗംഗയെ ദേവീരൂപത്തിൽ അവളുടെ ഉത്ഭവസ്ഥാനത്ത് ക്ഷേത്രത്തിൽ കുടിയിരുത്തി ആരാധിക്കുന്നു, ഇവിടെ ഗംഗോത്രിയിൽ.

ഞങ്ങൾ എത്തുമ്പോൾ ആരതിക്കു മുമ്പുള്ള പൂജയാണ് നടക്കുന്നത്. ആരതിയുടെ രൂപവും ക്രമവുമൊക്കെ ഹരിദ്വാറിലേതിനു സമാനമാണെങ്കിലും ഇവിടെ ആരതി ക്ഷേത്രത്തിന്റെ പടിക്കെട്ടിൽ നിന്നാണ്. ഉദ്ദേശം അര മണിക്കൂർ നീണ്ടു നിന്ന ആരതിയുടെ ആദ്യാവസാനം ക്ഷേത്ര ചുമരിനോട് ചേർന്ന് സ്ഥാപിച്ചിട്ടുള്ള കൂറ്റൻ മണി താളാത്മകമായി തളർച്ചാലേശം കൂടാതെ മുഴക്കിക്കൊണ്ടിരുന്ന വൃദ്ധ താപസനാണ് എന്നെ അതിശയിപ്പിച്ചത്. ആരതി കഴിഞ്ഞപ്പോൾ രാവിലെ ആറു മണിക്ക് കാണാമെന്ന ഉറപ്പു നൽകി തുൾസി നേപ്പാൾ ലോഡ്ജിലെ തന്റെ മുറിയിലേക്ക് പോയി. ക്ഷേത്രത്തിൽ നിന്ന് മുറിയിലേക്ക് പോകുന്ന വഴിയിൽ ഇരുവശവും തിങ്ങിനിറഞ്ഞ ചെറിയ കടകളാണ്. ഉത്തരേന്ത്യൻ ഭക്ഷണങ്ങൾക്കൊപ്പം ദോശയും വിൽക്കുന്ന ഒരു ഭക്ഷണശാലയിൽ കയറി ദോശ കഴിച്ചു.

മരം കോച്ചുന്ന ശക്തിയായ തണുപ്പ്. തോൾ വേദന ഇടയ്ക്കിടക്ക് ശല്യപ്പെടുത്തിയെങ്കിലും പിറ്റേന്നത്തെ യാത്ര സ്വപ്നം കണ്ട് നദിയുടെ നിലയ്ക്കാത്ത താരാട്ട് കേട്ട് ഉറങ്ങി.

○○

13.09.2018
ഭോജ്ബാസയിലേക്ക്

നാലു മണിക്ക് തന്നെ ഉണർന്നെങ്കിലും അഞ്ച് മണിവരെ മൂടിപ്പുതച്ചു കിടന്നു. വൈകുന്നേരങ്ങളെ അപേക്ഷിച്ച് പ്രഭാതങ്ങൾ തണുപ്പ് കുറഞ്ഞവയാണ്. ആറു മണിക്ക് തുൾസി വന്ന ശേഷമല്ലേ യാത്ര പുറപ്പെടാനാകൂ. അന്തരീക്ഷ താപനില സഹിക്കാവുന്നതായിരുന്നുവെങ്കിലും വെള്ളം കൈകൊണ്ടു തൊടാൻ പോലും പറ്റാത്തത്ര തണുത്തതായിരുന്നു. അതു കൊണ്ട് പല്ലു തേപ്പൊക്കെ ഉപായത്തിൽ കഴിച്ച് യാത്രക്ക് തയ്യാറായി. രണ്ടു പേർക്ക് 200 രൂപ വാടകയ്ക്ക് കിട്ടുന്ന മുറിയിൽ ചൂടുവെള്ളമൊക്കെ വേണമെന്ന് ചിന്തിക്കുന്നതുപോലും കുറ്റമാണ്!

മുകളിലേക്കുള്ള യാത്രയ്ക്ക് വളരെ അത്യാവശ്യമായ സാധനങ്ങൾ മാത്രം ഒരു ചെറിയ തോൾ ബാഗിൽ എടുത്തു. വലിയ ബാഗ് സൂക്ഷിക്കാനായി ഭരതിനെ ഏൽപ്പിച്ചു. തന്റെ കുഞ്ഞു ശരീരത്തിനുള്ളിൽ ഹിമവാനോളം വലുപ്പമുള്ള മനസ്സ് ആണുള്ളതെന്ന് തെളിയിച്ചു കൊണ്ട് അദ്ദേഹം തന്റെ ശമ്പളത്തിൽ നിന്നും മിച്ചം പിടിച്ച തുകയിൽ നിന്ന് 5,000 രൂപ ഞങ്ങൾക്ക് തന്നു. സൗകര്യം പോലെ അദ്ദേഹത്തിന്റെ അക്കൗണ്ടിൽ നിക്ഷേപിച്ചു കൊടുത്താൽ മതി. ഒരൊറ്റ വ്യവസ്ഥ മാത്രം, തുൾസി ഈ വിവരം അറിയാൻ പാടില്ല. അപ്പോൾ തന്നെ വീട്ടിലേക്കു വിളിച്ചു. 5,000 രൂപ ഭരതിന്റെ ബാങ്ക് അക്കൗണ്ടിലേക്ക് ട്രാൻസ്ഫർ ചെയ്തു കൊടുക്കാനുള്ള ഏർപ്പാട് ചെയ്തു. ഇനി മടങ്ങിയെത്തുന്നത് വരെ പുറം ലോകവുമായി ബന്ധപ്പെടാനാകില്ല.

തുൾസി എത്തിയപ്പോൾ ആറര കഴിഞ്ഞു. രുചികരമായ ഓരോ ചായയും കുടിച്ചു വഴിയിൽ കഴിക്കാൻ ഏതാനും കൂടു ബിസ്കറ്റു

കളും തപോവനിൽ മൗനി ബാബയ്ക്കു നൽകാൻ തുൾസിയുടെ നിർദ്ദേശപ്രകാരം ഒരു ടിൻ രസഗുലയും വാങ്ങി ഗംഗോത്രി ദേവിയെ തൊഴുത് ഏഴു മണിയോടെ ഞങ്ങൾ പുറപ്പെട്ടു. ക്ഷേത്ര നടയിൽ നിന്നു കുത്തനെയുള്ള പടിക്കെട്ടുകൾ നടന്നു കയറി ഗംഗോത്രി നാഷണൽ പാർക്കിന്റെ പ്രവേശന കവാടത്തിലേക്കുള്ള വഴിയിൽ പ്രവേശിച്ചു. അവിടെ ചെക്ക് പോസ്റ്റിൽ മൂന്നുപേർക്ക് രണ്ടു ദിവസത്തെ പ്രവേശന ഫീസായി 450 രൂപയും കരുതൽ ധനമായി 200 രൂപയും ഒടുക്കി രസീത് വാങ്ങി. വനം വകുപ്പിന്റെ മന്ദിരത്തിന് എതിർവശത്തു റോഡിനു വലതു വശത്തായി ഭാഗീരഥിയുടെ കരയിൽ നല്ല വലുപ്പമുള്ള രാമക്ഷേത്രം. അനുമതി വാങ്ങി ഞങ്ങൾ ഭോജബാസയിലേക്കു തിരിച്ചു. ശരിക്കുള്ള കാൽനട യാത്ര ആരംഭിക്കുകയാണ്. ഇന്ന് 12 കിലോമീറ്ററാണ് നടക്കേണ്ടത്. വലുപ്പത്തിൽ ഇന്ത്യയിൽ മൂന്നാം സ്ഥാനമുള്ള ഗംഗോത്രി ദേശീയോദ്യാനത്തിലൂടെയാണ് ഇനി യാത്ര. 2390 ചതുരശ്ര കിലോമീറ്റർ വലുപ്പമുള്ള ഇവിടം ഹിമപ്പുലി, കരടി, കസ്തൂരിമാൻ, ഹിമാലയൻ വരയാട്, തുടങ്ങിയ മൃഗങ്ങളുടെയും മയിലിനെപ്പോലെ സുന്ദരനായ മോനാൽ പക്ഷികളുടെയും പറുദീസയാണ്.

വഴി സാവധാനം കയറ്റമായി. പൈൻ മരങ്ങൾ നിറഞ്ഞ കാട് കുറ്റിക്കാടുകൾക്കും പിന്നെ വരണ്ട ഭൂപ്രദേശങ്ങൾക്കും സാവധാനം വഴിമാറും. നദിയെ വിട്ട് വഴി വളരെ ഉയരെയായി. ഏറെയും കഷ്ടിച്ച് ഒരാൾക്ക് നടന്നു പോകാവുന്ന ഇടങ്ങളാണ്. സൂക്ഷിച്ചു നടന്നു. അശ്രദ്ധമായി ഒരടിയെങ്ങാനും വച്ചാൽ പിന്നെന്താകുമെന്ന് ഓർക്കാൻ കൂടി ഭയന്നു. മുമ്പിലേക്ക് മലകളുടെ അരയിൽ ചുറ്റിയ അരഞ്ഞാണം പോലെ വഴി ദൂരേക്ക് വളഞ്ഞുപുളഞ്ഞു കിടക്കുന്നു. താഴെ നദിയുടെ വിശാലമായ മൺതിട്ടയെ അലസമായെങ്കിലും ജാഗരൂകരായി മറികടക്കുന്ന ഒരു കൂട്ടം ഹിമാലയൻ വരയാടുകൾ. പലേടത്തും ചെറിയ അരുവികൾ കടന്നു വേണം പോകാൻ. ഇപ്പോൾ ചെറുതാണെങ്കിലും 2013-ലെ പ്രളയ കാലത്ത് അവ എങ്ങനെയായിരുന്നു എന്ന് ഇരുവശവും കുന്നുകൂടി കിടക്കുന്ന കൽക്കൂമ്പാരം സാക്ഷ്യം പറയുന്നുണ്ട്. അരുവികൾ കടക്കാൻ മരപ്പാലങ്ങളുണ്ട്. കഴിഞ്ഞ മഴകളിൽ പാലങ്ങൾ ഒലിച്ചു പോയ ചിലയിടങ്ങളിൽ അരുവിയിൽ ഇറങ്ങിത്തന്നെ മുറിച്ചു കടക്കണം.

ചിർബാസ അടുക്കുമ്പോൾ പൈൻ മരങ്ങൾ വീണ്ടും വഴിയരുകിൽ പ്രത്യക്ഷപ്പെട്ടു തുടങ്ങും. ഇവിടെ മലമുകളിൽ നിന്നു ഭാഗീരഥിയിൽ ലയിക്കാൻ വെമ്പൽ കൊണ്ടെത്തുന്ന സാമാന്യം വലിയ ഒരു അരുവിയുടെ ഇരുകരകളിലും നോക്കെത്താദൂരത്തോളം തകർന്നു തരിപ്പണമായി കിടക്കുന്ന പാറക്കല്ലുകൾ പ്രകൃതിയുടെ സംഹാര താണ്ഡവത്തിന്റെ ഭീകരത ബോധ്യപ്പെടാൻ ഉതകുന്നതാണ്. അരുവിക്കു കുറുകെയുള്ള കുലുങ്ങുന്ന പാലം കടന്ന്, പ്രളയത്തെ അതിജീവിച്ചവയും അതിനു ശേഷം നാമ്പിട്ടതുമുൾക്കൊള്ളുന്ന പല വലുപ്പത്തിലുള്ള പൈൻ മരങ്ങളുടെ തണലിലൂടെ നടന്ന് ചിർബാസയിൽ എത്തി. ധാരാളമായുള്ള പൈൻ മരങ്ങളിൽ നിന്നാണ് ചിർബാസയ്ക്ക് ആ പേര് ലഭിച്ചത്. ഗംഗോത്രിയിൽ നിന്ന് 9 കിലോമീറ്റർ അകലെയുള്ള അവിടെ യാത്രികർക്കായി ഒരു ദാബ പ്രവർത്തിക്കുന്നുണ്ട്. അല്പം വിശ്രമിച്ചു. ഓരോ കിണ്ണം നൂഡിൽസും കഴിച്ച് ഞങ്ങൾ വീണ്ടും യാത്ര തുടർന്നു. ചിർബാസയിലും വനം വകുപ്പിന്റെ ഒരു ചെക്ക് പോസ്റ്റുണ്ട്. വിവരങ്ങൾ രജിസ്റ്ററിൽ രേഖപ്പെടുത്തിയ ശേഷം ഞങ്ങൾ പൈൻമരങ്ങൾ കുടപിടിച്ച മൺപാതയിലൂടെ മുന്നോട്ടു നീങ്ങി. ഇടതുവശത്ത് കുന്നുകയറിപ്പോകുന്ന പൈൻ മരക്കാടുകൾ. വലതു വശത്ത് ആഴത്തിൽ യാതൊരു തിടുക്കവും കൂടാതെ ഒഴുകുന്ന ഭാഗീരഥി വെയിലിൽ വെട്ടിത്തിളങ്ങുന്നു. അതിനപ്പുറം വരിയായി നിൽക്കുന്ന പച്ചക്കുന്നുകൾ. മുമ്പിൽ ദൂരെ ഭാഗീരഥി കൊടുമുടി മൂന്നു ശിഖരങ്ങൾ ഉയർത്തി നിൽക്കുന്നു. നടന്നു നടന്നു ഞങ്ങൾ കല്ലേറിയും കുന്നുകൾക്കടുത്തെത്തി. ഇനിയുള്ള ഒരു കിലോമീറ്റർ ശ്രദ്ധയോടെ അതിവേഗം കടന്നു പോകേണ്ടതുണ്ടെന്നു തുൾസി മുന്നറിയിപ്പ് തന്നു. വനം വകുപ്പും മുന്നറിയിപ്പ് ബോർഡ് സ്ഥാപിച്ചിട്ടുണ്ട്. വഴിയുടെ ഇടതു വശത്തു മുകളിലായി അനേകം വലിയ മൺതിട്ടകൾ തങ്ങൾക്കു താങ്ങാൻ കഴിയുന്നതിലും വലുപ്പമുള്ള കൂറ്റൻ പാറകളും കയ്യിലേന്തി നിൽക്കുന്നത് കണ്ടാൽ എറിയാൻ ഉന്നം നോക്കുകയാണ് എന്നു തോന്നും. താഴെക്കൂടി ജീവനും കയ്യിൽ പിടിച്ചാണ് യാത്ര. ശക്തമായ ഒരു കാറ്റിനു പോലും പാറകളെ താഴേക്കെറിയാൻ കഴിയുമെന്ന് തോന്നിപ്പോയി.

അവിടം കടന്നുകിട്ടിയ ആശ്വാസത്തിനു മേൽ മരണം കരിമ്പടം വിരിക്കുന്ന കാഴ്ചയാണ് ഞങ്ങളെ കാത്തിരുന്നത്. രണ്ടു ചെറുപ്പ

ക്കാർ ഒരു സ്ട്രെച്ചറിൽ ചുമന്നു കൊണ്ട് വരുന്ന മൃതശരീരമാണ് ഞങ്ങളെ സ്വാഗതം ചെയ്തത്. ദുഃഖം ഘനീഭവിച്ച മുഖങ്ങളുമായി മറ്റു രണ്ടു ചെറുപ്പക്കാർ അനുഗമിക്കുന്നു. എന്താണ് സംഭവിച്ചതെന്ന് ഭോജബാസയിൽ ചെന്ന ശേഷമാണ് അറിയാൻ കഴിഞ്ഞത്. ഭാഗീരഥി കൊടുമുടികളിലൊന്നു കയറാൻ വന്ന സംഘത്തിൽ പെട്ട 35 വയസ്സ് മാത്രമുള്ള ചെറുപ്പക്കാരനാണ്. ബംഗളൂരു സ്വദേശി. കയറ്റത്തിനിടയിൽ ദേഹാസ്വാസ്ഥ്യം തോന്നി. വഴികാട്ടികളുടെ സഹായത്തോടെ തിരികെ വരുന്ന വഴിയിൽ തലേ ദിവസം രാത്രി ഭോജ് ബാസയിൽ വച്ചു മരണപ്പെടുകയായിരുന്നു. മരണം എത്ര അടുത്താണ്. എത്ര നശ്വരമാണ് ജീവിതം!

'അഹന്യഹനി ഭൂതാനി ഗച്ഛന്തീഹ യമാലയം
ശേഷാ: സ്ഥാവരമിച്ഛന്തി കിമാശ്ചര്യമത: പരം'

(ദിവസവും ജീവികൾ യമലോകത്തിലേക്ക് പോകുന്നു. ഈ ലോകത്തിൽ ശേഷിക്കുന്നവർ തങ്ങൾ മരണമില്ലാത്തവരാണെന്നു കരുതുന്നു. ഇതിലും വലിയ ആശ്ചര്യം എന്താണുള്ളത്?)

മഹാഭാരതം വനപർവത്തിലെ യുധിഷ്ഠിരവാക്യമാണ് ഓർത്തു പോയത്.

മലനിരകൾക്കും നദിക്കും ഇടയിലുള്ള സാമാന്യം വിശാലമായ ഒരു സമതല പ്രദേശമാണ് ഭോജ്ബാസ. സമതലം എന്നതുകൊണ്ട് നമ്മുടെ നാട്ടിലെ മൈതാനങ്ങൾ പോലെ കിടക്കുകയാണെന്നു തെറ്റിദ്ധരിച്ചേക്കരുത്. ഒന്നിനു പുറകെ ഒന്നായി നിരന്ന് നിൽക്കുന്ന അനേകം മലകൾക്കിടയിലെ താരതമ്യേന നിരന്ന പ്രദേശം എന്നേ അർത്ഥമുള്ളൂ. മഞ്ഞുകാലം വരുന്നതിനു മുന്നോടിയായി ജീവിതചക്രം പൂർത്തിയാക്കി മഞ്ഞയും ചുവപ്പും നിറങ്ങൾ വാരിപ്പൂശി മരണം കാത്തു ശാന്തരായി നിൽക്കുന്ന പുൽച്ചെടികൾ. മനുഷ്യനൊഴികെയുള്ള ജന്തു സസ്യജാലങ്ങൾ എത്ര ശാന്തരായാണ് ജീവിതാവസ്ഥകളെ നേരിടുന്നത്!

ഭോജ്ബാസയിൽ ഏതാനും ബാബാമാരുടെ ആശ്രമങ്ങളിലും ഗർവാൾ മണ്ഡൽ വികാസ് നിഗം ലിമിറ്റഡ് (ജിഎംവിഎൻ) എന്ന ഉത്തരഖണ്ഡിന്റെ ടൂറിസം ഏജൻസി നടത്തുന്ന ഗസ്റ്റ് ഹൗസിലും യാത്രികർക്ക് താമസ സൗകര്യം ലഭ്യമാണ്. തുൾസിയുടെ അൽപ്പം നിർബന്ധം കലർന്ന ഉപദേശം സ്വീകരിച്ച് ഞങ്ങൾ ഏറ്റവും വലിയ ആശ്രമമായ ലാൽ ബാബയുടെ ആശ്രമത്തിൽ തങ്ങാൻ തീരു

മാനിച്ചു. അഞ്ചു കട്ടിലുകൾ ഉള്ള ഒരു മുറി ഞങ്ങൾക്ക് അനുവദിച്ചു. അത്തരം ധാരാളം മുറികളുണ്ട്. കാറ്റു പിടിക്കാതിരിക്കുന്നതിനും ചൂട് നില നിർത്തുന്നതിനും വേണ്ടിയാകണം മുറികൾ പരമാവധി താഴ്ത്തിയാണ് നിർമിച്ചിട്ടുള്ളത്. ശൗചാലയങ്ങൾ കെട്ടിടത്തിനുള്ളിൽ തന്നെ, മുറികൾക്കു പുറത്താണ്. ബെഡ് ഒന്നിന് ഒരു ദിവസത്തേക്ക് 350 രൂപയാണ് നിരക്ക്. ഭക്ഷണത്തിന് വേറെ പണം നൽകേണ്ടതില്ല. മൂന്നുപേർക്ക് 1050 രൂപ. ലാൽബാബയെ അൻപത് വയസ്സു മതിക്കുന്ന ഒരു സാധാരണ മനുഷ്യനായാണ് തോന്നിയത്. സമയം ഉച്ചയ്ക്ക് ശേഷം ഒന്നര കഴിഞ്ഞിട്ടേയുള്ളൂ എങ്കിലും നല്ല തണുപ്പ്. ഇപ്പോൾ ഇതാണവസ്ഥയെങ്കിൽ വൈകുന്നേരം എന്താവും സ്ഥിതി!

ഹിമാലയൻ ഔഷധ സസ്യങ്ങളുടെ സത്തു ചേർത്തുണ്ടാക്കിയ അതീവ രുചികരമായ കാപ്പി സ്വാഗത പാനീയമായി കിട്ടി. ഉച്ചഭക്ഷണത്തിനുള്ള സമായമാകയാൽ കാപ്പിക്കു പിന്നാലെ അൽപ്പം ചോറ് ദാൽ കറി കൂട്ടി കഴിച്ചു. ദാൽ കറിയോട് വിരോധമുണ്ടായിരുന്ന ജ്യോതിച്ചേട്ടൻ തിരുവനന്തപുരത്തു നിന്നു വാങ്ങി കൊണ്ടുവന്ന നൂഡിൽസ് തുൾസിയെക്കൊണ്ട് തയ്യാറാക്കി കഴിച്ചു. വടക്കേ ഇന്ത്യൻ മസാലകളുടെ രുചിയുമായി അനവധി വർഷത്തെ ഹിമാലയ യാത്രകൾക്ക് ശേഷവും സൗഹൃദം സ്ഥാപിക്കാൻ കഴിയാതിരുന്ന ചേട്ടൻ നൂഡിൽസിന്റെ ഒപ്പമുള്ള മസാല അല്ലാതെ വേറൊന്നും അധികമായി ചേർക്കരുത് എന്ന കർശന നിർദ്ദേശത്തോടെയാണ് പാകം ചെയ്യാൻ തുൾസിയെ ഏൽപ്പിച്ചത്. എന്നിട്ടും തന്റേതായി ഒരു നുള്ളു മസാല കൂടി ചേർത്ത് ന്യൂഡിൽസിനെ വഷളാക്കിയിട്ടെ (ചേട്ടന്റെ നിലവാരത്തിൽ) തുൾസിക്കു തൃപ്തി വന്നുള്ളൂ!

ഭക്ഷണം കഴിഞ്ഞതിന്റെയും മല കയറ്റത്തിന്റെയും ക്ഷീണത്തിൽ ഒന്നര മണിക്കൂർ ഉറങ്ങി. നാലുമണി ആയപ്പോൾ പുറത്തു പോകാനായി തുൾസി വിളിച്ചുണർത്തി. ഞങ്ങളുടെ ഹോം സ്റ്റേയുടെ സമീപത്തായി നിരപ്പാക്കിയ സ്ഥലത്ത് അതിർത്തിരക്ഷാ സേനയിലെ ചെറുപ്പക്കാരും യാത്രികരുടെ വഴികാട്ടികളും പോർട്ടർമാരും ഒക്കെ ചേർന്ന് സ്വന്തമായി ഉണ്ടാക്കിയ പന്തുപയോഗിച്ചു ക്രിക്കറ്റ് കളിക്കുന്നു. ലാൽ ബാബയുടെ ഈ ആശ്രമം കൂടാതെ മൂന്നോളം ചെറിയ ആശ്രമങ്ങൾ വേറെയുണ്ട്. അതിലൊന്നിലെ

ബാബ യോഗയും മെഡിറ്റേഷനും പരിശീലിപ്പിക്കുന്നുമുണ്ട്. ഗംഗോത്രിയിൽ നിന്നുള്ള വഴിയിൽ പലേടത്തും അതിന്റെ പരസ്യം പാറകളിൽ എഴുതി വച്ചിരിക്കുന്നത് കണ്ടിരുന്നു. ആശ്രമത്തിന് വെളിയിലായി ചെറിയൊരു ക്ഷേത്രം അടഞ്ഞു കിടക്കുന്നു. സാമാന്യം വിശാലമായ ഭോജ്ബാസയെയും ഓരം ചേർന്നൊഴുകുന്ന ഭഗീരഥിയേയും സംരക്ഷിച്ചു കൊണ്ടെന്ന മട്ടിൽ ഇരുവശവും തലയുയർത്തി നിൽക്കുന്ന പല നിറമാർന്ന കൂറ്റൻ മലകൾ. ഞങ്ങൾ ഭാഗീരഥിയുടെ തീരത്തെ മണലിലൂടെ അൽപ്പം നടന്നു. ദൂരെ ഭാഗീരഥി കൊടുമുടികൾ പോക്കു വെയിലിൽ തിളങ്ങുന്നു. പാൽനിറമാർന്ന ജലവുമായി നദി ഉള്ളിലെ ചുഴികൾ മറച്ചു വച്ചു പാഞ്ഞൊഴുകുന്നു. അവളുടെ കപട ശാന്തതയിൽ വിശ്വസിച്ച് ഇവിടെ തീരത്തുറപ്പിച്ചിരുന്ന ടെന്റുകളിൽ സുരക്ഷിതബോധത്തോടെ ഉറങ്ങിയ അനേകം യാത്രികരെ അപ്പാടെയാണ് 2013-ലെ പ്രളയത്തിൽ അവൾ തന്നിലേക്ക് ആവാഹിച്ചത്.

ജാക്കറ്റ് ഉൾപ്പെടെയുള്ള മൂന്നടുക്ക് വസ്ത്രങ്ങളെയും കൈയുറകളെയും ഒക്കെ തുളച്ചു കയറുന്ന തണുപ്പ്. ഇത്രയേറെ കഠിനമായ തണുപ്പ് എന്റെ ചുരുങ്ങിയ ഹിമാലയ യാത്രകളിൽ ആദ്യമാണെന്നു തോന്നുന്നു. സൂര്യരശ്മികളെ മറച്ചുകൊണ്ടു മൂടൽമഞ്ഞും, പിന്നാലെ ശക്തമായ മഴയുമെത്തി. എട്ടുമണിവരെ മഴ തുടർന്നു. രുചികരമായ ചൂട് ചപ്പാത്തിയും കറിയുമാണ് തയ്യാറാക്കിയിരിക്കുന്നതെന്നു തുൾസി പ്രലോഭിപ്പിച്ചെങ്കിലും വിശപ്പ് തീരെ അനുഭവപ്പെട്ടില്ല.

൦൦

14. 09. 2018
ഗോമുഖിലേക്കും തപോവനിലേക്കും

നാലു മണിയോടെ ഉണർന്നെങ്കിലും അഞ്ചു മണിവരെ കിടക്കയിൽ തന്നെ മൂടിപ്പുതച്ചു കിടന്നു. രാത്രിയിലെ തണുപ്പിന് രാവിലെയും കാര്യമായ കുറവൊന്നും ഇല്ലാതിരുന്നതിനാൽ പ്രഭാതകൃത്യങ്ങളൊക്കെ വല്ലവിധേനയും കഴിച്ച് അഞ്ചേമുക്കാലോടെ ഞങ്ങൾ ഗോമുഖിലേക്കു തിരിച്ചു. തണുപ്പിനു തരിമ്പും കുറവില്ല. മൂന്നടുക്കു വസ്ത്രങ്ങളെയും കൈയുറകളെയുമൊക്കെ മറികടന്ന് അത് നിരന്തരം ശരീരത്തെ ആക്രമിച്ചു കൊണ്ടിരുന്നു. ജിഎംവിഎൻ അതിഥി മന്ദിരം കഴിഞ്ഞാൽ കുത്തനെയുള്ള കയറ്റമാണ്. ഈ കുറച്ചു ദൂരം ഒഴിവാക്കിയാൽ ആദ്യത്തെ മൂന്നു കിലോമീറ്റർ ഇടയ്ക്കു മാർഗ്ഗതടസ്സം സൃഷ്ടിച്ചു വിശ്രമിക്കുന്ന കൂറ്റൻ പാറക്കല്ലുകളെയും പാദസരം കിലുക്കിയോടുന്ന ചില കുഞ്ഞരുവികളെയും കാണാം. ഇതും മറി കടന്നാൽ പിന്നീടുള്ളത് ചെറു കയറ്റങ്ങൾ മാത്രമുള്ള മൺപാതയാണ്. ഇടതുവശത്ത് വഴിയൊരുക്കി ദൂരെ മാറി നിൽക്കുന്ന കുന്നുകൾ. വലതുവശത്ത് അൽപ്പം മാറി കുളിരും കൊണ്ടോടുന്ന ഭാഗീരഥി. വഴി നദീതീരത്തേക്കാണ് എത്തുന്നത്. അവിടെ ശരിക്കും ദിഗംബരനായി മഹാദേവൻ. വഴിയരുകിൽ കല്ലുകൾ അടുക്കിത്തിരിച്ച കളത്തിൽ, പ്രത്യേകമായ ആടയാഭരണങ്ങൾ ഒന്നുമില്ലാതെ വല്ലപ്പോഴുമെത്തുന്ന തീർത്ഥാടകർ ചാർത്തിയ മഞ്ഞളോ, കുങ്കുമമോ അണിഞ്ഞ് സുഗന്ധത്തിരിയുടെ ധൂമത്തിൽ ആറാടി ജഗന്നാഥനായി പരിലസിക്കുന്നു. അരികിൽ ശബ്ദത്തോടെ പാറിക്കളിക്കുന്ന ഭാരതത്തിന്റെ ദേശീയപതാക. ദൂരെ തപോവനത്തിനും പുറകിൽ ഉദയസൂര്യകിരണങ്ങളിൽ ആറാടി നിൽക്കുന്ന ശിവലിംഗ പർവതം. എതിരേ കൊതിയോടെ നോക്കി നിൽക്കുന്ന ത്രിശിരസ്സായ ഭാഗീരഥി കൊടുമുടി.

ഇനി മുന്നോട്ടു പോകാൻ വഴി എന്നൊന്നില്ല. പ്രളയത്തിൽ തകർന്ന മുടികൾ കൽക്കൂമ്പാരങ്ങളായി മലകളുടെ ചരിവുകളിലൂടെ നദിയിലേക്കു വീണു കിടക്കുന്നു. ചെറിയൊരു പ്രകോപനത്തിൽ പോലും നദിയിലേക്ക് വീഴാൻ തയ്യാറായി നിൽക്കുന്ന പാറകളിൽ നിന്ന് പാറകളിലേക്ക് മുൻപരിചയം കൊണ്ട് തുൾസി ചാടി പോവുകയാണ്. പിന്തുടരുകയേ മാർഗമുള്ളൂ. വളരെയധികം സൂക്ഷിച്ചു പ്രയാസപ്പെട്ടു കയറി. വഴിയില്ലാത്തതു കൊണ്ടും തകർന്നു കിടക്കുന്ന പാറക്കഷണങ്ങൾ നദിയിലേക്കു വീണു കിടക്കുന്നതിനാലും മുകളിലേക്കു കയറിയും വീണ്ടും അതിസൂക്ഷ്മതയോടെ താഴേക്ക് ഇറങ്ങിയും വേണം മുന്നേറാൻ. മറുവശത്ത് വിശാലമായ തീരമാണ്. ഭോജ്ബാസയിൽ നിന്നു മറുതീരത്തേക്ക് ഒരു പാലമിട്ടിരുന്നുവെങ്കിൽ പ്രയാസം കൂടാതെ ഗോമുഖിലേക്ക് വരാമായിരുന്നല്ലോ എന്ന് ഒരു നിമിഷം ഓർത്തു.

കൂറ്റൻ പാറകളിൽ അള്ളിപ്പിടിച്ചു കയറിയും ഇടയിലെ വഴുക്കുള്ള പുതമണ്ണിൽ തെന്നി വീഴാതിരിക്കാൻ പണിപ്പെട്ടും ഒടുവിൽ ഞങ്ങൾ ഗോമുഖിൽ എത്തി. അല്ല, അക്കരെയാണ് ഗോമുഖ്, പുസ്തകങ്ങളിൽ വായിച്ചറിഞ്ഞ ഗോമുഖുമായി വിദൂരമായ സാമ്യം പോലും തോന്നിക്കാതെ ഒരു കുന്നിന്റെ അടിവാരത്തിൽ നിന്നു പൊന്തിവരുന്ന ഒരു സാധാരണ നീരുറവയായി ഗംഗയുടെ ആദിരൂപമായ ഭാഗീരഥി. ഇരുവശങ്ങളിൽ നിന്നും ആ ഉറവയിലേക്കു വന്നു ചേരുന്ന അമരഗംഗ, ആകാശഗംഗ, കാളീഗംഗ തുടങ്ങിയ പോഷകനദികളാണ് അവൾക്കു മുന്നോട്ടൊഴുകാനുള്ള ഊർജ്ജം നൽകുന്നത് എന്നു തോന്നിപ്പോയി. 2013-ലെ പ്രളയത്തിനു ശേഷം ഗംഗോത്രി ഹിമാനി ഉദ്ദേശം ഒന്നര കിലോമീറ്റർ പിൻവാങ്ങിയിരിക്കുന്നു. അതിനുമുൻപ് ഹിമാനിയിലൂടെ നടന്ന്, ഗംഗ ഭൂമിക്കടിയിൽ നിന്നും പുറത്തേക്ക് വരുന്ന ആശ്ചര്യപ്പെടുത്തുന്ന രംഗത്തിന് സാക്ഷ്യം വഹിക്കാൻ കഴിയുമായിരുന്നു. ആഗോളതാപനം ഹിമാലയത്തെയും നമ്മുടെ ജലസ്രോതസ്സുകളെയും ബാധിക്കുന്നതിന്റെ തെളിവായി ഹിമാനികളുടെ ചുരുങ്ങലിനെ പരിസ്ഥിതി സ്നേഹികളും ശാസ്ത്രജ്ഞരും കാണുന്നു. ഹിമാനിയും അതിനുള്ളിൽ നിന്നു ഹുങ്കാരത്തോടെ നിർഗളിക്കുന്ന ഗംഗയുടെ പിറവിയുടെ കാഴ്ചയും നഷ്ടമായിരിക്കുന്നു. അതു കാണാനാകാത്തതിന്റെ ദു:ഖമായിരുന്നു എനിക്ക്.

സമയം ഏഴേമുക്കാൽ. ഗോമുഖിന് പുറകിൽ ഉയർന്നു നിൽക്കുന്ന വൻ മലകൾക്കു മുകളിലായാണ് തപോവൻ. തപോവനത്തിന് കിരീടം എന്നപോലെ വെട്ടിത്തിളങ്ങുന്ന ശിവലിംഗ പർവതം മാടിവിളിക്കുന്നതു പോലെ. പതിനെട്ട് ദിവസത്തെ യുദ്ധശേഷം കുരുക്ഷേത്രത്തിലെത്തിയ ഗാന്ധാരി കണ്ടതിനു സമാനമായ കാഴ്ചയാണ് മുന്നിൽ. പരസ്പരം ഏറ്റുമുട്ടി അവയവങ്ങൾ ഛേദിക്കപ്പെട്ട് ജീവൻ നഷ്ടമായി ഒന്നിനു മുകളിൽ ഒന്നായി വീണു കിടക്കുന്ന പതിനെട്ട് അക്ഷൗഹിണി സൈന്യത്തെ പോലെ കണ്ണെത്താദൂരത്തോളം പരന്നു കിടക്കുകയാണ് തകർന്ന പാറക്കൂട്ടം. അവയ്ക്കു മുകളിലൂടെ, ഇല്ലാത്ത വഴികളിലൂടെ സഞ്ചരിച്ച്, കുത്തനെയുള്ള കയറ്റം കയറി വേണം തപോവനിൽ എത്താൻ. അൽപ്പം വിശ്രമിച്ചിട്ടാകാം യാത്ര. ബാഗിൽ കരുതിയ ആപ്പിളും ബിസ്കറ്റും പങ്കിട്ടു കഴിച്ചു. വെള്ളവും കുടിച്ചു. നാലോ അഞ്ചോ കിലോമീറ്റർ ദൂരമേ നടന്നിട്ടുള്ളൂ. എന്നാലും അവസാനത്തെ ഒരു കിലോമീറ്റർ ദൂരത്തെഅഭ്യാസം ക്ഷീണിപ്പിക്കാൻ ധാരാളമായിരുന്നു. സ്ലെയ്റ്റ് പാറകൾ കൊണ്ടുണ്ടായിട്ടുള്ള മലകൾ പലകാരണങ്ങൾ കൊണ്ടും തകർന്നു വീണു കിടക്കുന്നത് കൈലാസ മാനസസരോവർ, ആദി കൈലാസ യാത്രകളിൽ കണ്ടിട്ടുണ്ട്. പക്ഷേ, ഇവിടെ അതീവ ബലമാർന്ന ആഗ്നേയ ശിലകളാണ് ആരോ കൂടം കൊണ്ടു തച്ചുടച്ചത് പോലെ തകർന്നു കിടക്കുന്നത്. ഞങ്ങൾ ഇരിക്കുന്നതിനു പിന്നിലുള്ള (അതിന്റെ ഒരു ഭാഗത്തു കൂടിയാണ് കയറി വന്നത്) ഒരു കൂറ്റൻ കൃഷ്ണശില മലയുടെ പകുതിയോളം തകർന്നു നദിയി ലേക്ക് വീണു കിടപ്പുണ്ടായിരുന്നു. ആരുടെ താണ്ഡവമാണ് ഭൂമിയിലെ ഈ പരമശക്തരുടെ കഥ കഴിച്ചത്?

ഗോമുഖ് ദർശനത്തിനായി കയറി വന്നതിനേക്കാൽ പ്രയാസമേറിയ യാത്രയായിരുന്നു തുടർന്ന്. മുൻ പരിചയം കൊണ്ട് തുൾസി നടന്നു കാണിക്കുന്ന ഇല്ലാവഴികളിലൂടെ അയാളുടെ കാലടികളെ പിന്തുടർന്ന് ഞങ്ങൾ രണ്ടുപേർ നടക്കുകയാണ്. കുന്നുകളെ മൂടിക്കിടക്കുന്ന പാറക്കഷണങ്ങളിൽ കയറിയിറങ്ങി അതീവ സൂക്ഷ്മതയോടെയാണ് നടക്കുന്നത്. ട്രക്കിംഗ് ഷൂസ് നൽകുന്ന സംരക്ഷണത്തിന്റെ മഹത്വം ഇത്തരം ദുർഘടപാതകളിലാണ് വ്യക്തമാകുന്നത്. അറിയാതെ ചുവട് തെറ്റിയാൽ പോലും കാര്യമായ പരുക്കുകൾ പറ്റാതെ അവ കാലുകളെ സംരക്ഷിക്കുന്നു.

കുറച്ചു ദൂരം ചെറുകുന്നുകൾ കയറിയിറങ്ങിക്കഴിഞ്ഞാൽ പിന്നെ കുത്തനെയുള്ള കയറ്റമാണ്. പ്രയാസപ്പെട്ട് കിതച്ചു കയറിയും കല്ലുകളിൽ ചവിട്ടി നിന്ന് ശ്വാസമെടുത്തും അത് കയറിയെത്തുന്നത് തപോവൻ എന്ന സ്വർഗത്തിലേക്കാണ്.

ശത്രു സൈന്യത്തിന്റെ പടയോട്ടത്തിൽ തകർന്നടിഞ്ഞ ജനപഥം പോലെയാണ് ഗോമുഖ് എങ്കിൽ, നെടുങ്കോട്ട കെട്ടി സംരക്ഷിക്കപ്പെട്ട രാജധാനിയാണ് തപോവൻ. ഉള്ളിലെ അപകടകരമായ ചുഴികൾ ശ്രദ്ധാപൂർവം മറച്ച്, നേർക്കു വരുന്നതെല്ലാം തകർക്കാനൊരുമ്പെട്ടൊഴുകുന്ന തന്നിഷ്ടക്കാരിയാണ് ഭാഗീരഥിയെങ്കിൽ, പളുങ്കു പോലെ സുതാര്യയും ശുദ്ധയും പരമശാന്തയും കല്യാണിയുമാണ് അമരഗംഗ. ഗോമുഖിൽ ആജ്ഞാശക്തിയുടെ നിഴൽ പരത്തി നിൽക്കുന്ന ശിവലിംഗപർവതം തപോവനിൽ പരമശാന്തനായ മുനിരൂപനാണ്. രണ്ടിടത്തിനും കുടചൂടി നിൽക്കുന്ന ആകാശത്തിനു പോലും ഗോമുഖിലും തപോവനിലും വ്യത്യസ്ത ഭാവങ്ങളാണ്.

ഗോമുഖിൽ നിന്നു കയറിവന്ന ചെങ്കുത്തായ മലഞ്ചെരുവിനും മറുവശത്തെ വലിയ കൊടുമുടികൾക്കും ഇടയിലെ വിശാലമായ പുൽമൈതാനമാണ് തപോവൻ എന്നു ചുരുക്കിപ്പറയാം. മൈതാനത്തിന് അതിരിട്ട് ഇരുവശത്തുമായി ശാന്തമായി ഒഴുകുന്ന അമര - ആകാശ ഗംഗകൾ. അവയിൽ അമരഗംഗ ഞങ്ങൾ കയറിവന്ന വഴിയുടെ അരികിലൂടെ താഴേക്ക് പതിക്കുന്നു. ആകാശഗംഗ വീണ്ടും പിന്നിലേക്കു പോയി താഴേയ്ക്കിറങ്ങിയാണ് ഭാഗീരഥിയുടെ ഭാഗമാകുന്നത്. അതിനും പുറകിൽ മൈതാനത്തിന് അതിരിട്ട് നിൽക്കുന്ന പർവതനിരകളുടെ ഉയരം മറച്ചു കൊണ്ട് മേഘസഞ്ചയം. ശിവലിംഗ പർവതത്തെയും ഇപ്പോൾ മേഘങ്ങൾ മറച്ചിരിക്കുന്നു. എന്നാൽ മറുകരയിൽ നിൽക്കുന്നതായി കാണുന്ന ഭാഗീരഥിയുടെ മൂന്നു ശിഖരങ്ങളും വെയിലിൽ വെട്ടിത്തിളങ്ങുന്നു. പാറിനടക്കുന്ന മേഘങ്ങൾക്കിടയിലൂടെ മനോഹരമായ ആകാശം. താഴെ ഭാഗീരഥി കൊടുമുടികളെ ലക്ഷ്യമാക്കി നീങ്ങുന്ന ഒരു സംഘം പർവതാരോഹകർ. അവർക്കപ്പുറം മലയ്ക്കു മുകളിലെ ഗുഹയിൽ നിന്ന് ഒഴുകി വരുന്ന കൊച്ചരുവിക്കു കാളീഗംഗ എന്നാണു പേരെന്നു തുൾസി. ഇവിടെ തപോവനിൽ വിശാലമായ മൈതാനത്തു വിശ്രമിക്കുന്ന ചെമ്മരിയാടുകളെ പോലെ ഉരുളൻ കല്ലുകൾ. കുറെ

മുന്നിൽ അല്പം ഉയർന്ന പ്രതലത്തിൽ കല്ലും പുല്ലും ടാർപോളിനും കൊണ്ടു സുരക്ഷിതമാക്കിയ മൗനിബാബയുടെ ആശ്രമം. വലതു വശത്തു മാറി മലയുടെ അടിവാരത്തിലും ഒന്നുരണ്ടു ചെറു നിർമാണങ്ങൾ. അവിടങ്ങളിൽ ഇപ്പോൾ ആരുമില്ലെന്നു തുൾസി സാക്ഷ്യപ്പെടുത്തി.

മലനിരകൾ മുഖം നോക്കുന്ന അമരഗംഗയുടെ തെളിനീരിനാൽ ദാഹമടക്കി ഞങ്ങൾ മൗനി ബാബയുടെ ആശ്രമത്തെ ലക്ഷ്യമാക്കി നടന്നു.

കഴിഞ്ഞ പത്തു വർഷമായി തപോവനിൽ തന്നെ താമസിക്കുകയാണ് അദ്ദേഹം. വർഷത്തിൽ ആറുമാസത്തോളം പൂർണമായും മഞ്ഞിൽ മൂടി പുറം ലോകത്തു നിന്ന് ഒറ്റപ്പെട്ട അവസ്ഥയിലാണ് തപോവനും ചുറ്റുമുള്ള പ്രദേശങ്ങളും. അല്ലാത്ത കാലത്തു പോലും അസഹനീയമാണ് തണുപ്പ്. അപ്പോൾ മഞ്ഞു മൂടിക്കിടക്കുന്ന കാലത്തെ അവസ്ഥ ആലോചനകളെപ്പോലും കിടുകിടാ വിറപ്പിക്കും. ലൗകിക ജീവിതമൊക്കെ വെടിഞ്ഞ്, തികച്ചും ആദ്ധ്യാത്മികമായ ജീവിതം കാംക്ഷിച്ച് ഏകാന്തത തേടി വന്ന ഏതോ വൃദ്ധ താപസനായിരിക്കും മൗനി ബാബ എന്ന കാര്യത്തിൽ എനിക്ക് യാതൊരു സംശയവും ഉണ്ടായിരുന്നില്ല.

ആശ്രമത്തിനു പുറത്ത് ആരുമില്ല. തുൾസി പല വസ്തുക്കൾ കൊണ്ടുണ്ടാക്കിയ വാതിലിൽ മുട്ടി 'ബാബാ' എന്നു വിളിച്ചു.

ഒരാൾപ്പൊക്കത്തിൽ കല്ലും മണ്ണും പാറയും അടുക്കി ടാർപോളിൻ കൊണ്ടു മൂടിയ ആശ്രമത്തിന് തരക്കേടില്ലാത്ത വിസ്താരമുണ്ട്. മേൽക്കൂരയിൽ വീഴുന്ന മഞ്ഞ് അലിഞ്ഞുണ്ടാകുന്ന വെള്ളം പിടിക്കാൻ താഴെ ബക്കറ്റുകൾ. അവ നിറഞ്ഞിരിക്കുന്നു. ചുറ്റും പുല്ലുകളിൽ പരൽ രൂപത്തിൽ വീണ മഞ്ഞ് അപ്പോഴും അലിയാൻ കൂട്ടാക്കാതെ കൂടിക്കിടപ്പുണ്ടായിരുന്നു. ആകാംക്ഷയോടെ നിന്ന ഞങ്ങളുടെ മുന്നിലേക്ക് ആശ്രമവാതിൽ തുറന്ന് ഇറങ്ങിവന്നത് കഷ്ടിച്ചു മുപ്പതു വയസ്സു മാത്രം മതിക്കുന്ന അതീവ തേജസ്വിയായ ഒരു ചെറുപ്പക്കാരനാണ്. തണുപ്പിനെ ചെറുക്കുന്ന കട്ടിയുള്ള വസ്ത്രങ്ങളും തലപ്പാവും തേജസ്സാർന്ന മുഖം നിറയുന്ന മനോഹരമായ പുഞ്ചിരിയും. തുൾസി കൂടി ഇല്ലായിരുന്നെങ്കിൽ അദ്ദേഹമാണ് മൗനിബാബ എന്നു ഞാൻ വിശ്വസിക്കുമായിരുന്നില്ല. യാതൊരു നാട്യങ്ങളുമില്ലാതെ അദ്ദേഹം ഞങ്ങളെ ഹൃദ്യമായി

ആലിംഗനം ചെയ്തു സ്വീകരിച്ചു കുടിലിനുള്ളിലേക്ക് കൂട്ടിക്കൊണ്ടു പോയി. കയറുന്ന മുറി തന്നെയാണ് അടുക്കളയും. മണ്ണെണ്ണ അടുപ്പും ഗ്യാസ് അടുപ്പുമുണ്ട്. അടുക്കളയിൽ നിന്നു പ്രവേശിക്കുന്നത് പൂജാമുറിയിലേക്ക്. അവിടെ ശ്രീരാമചന്ദ്രന്റെ ചിത്രത്തോടൊപ്പം മഹാവതാര ബാബാജിയുടെയും ചിത്രങ്ങൾ. മുന്നിൽ നിറഞ്ഞ പുഞ്ചിരിയോടെ വിളക്ക്. പൂജാമുറിയുടെ ഇടതു വശത്തായി കിടപ്പുമുറി.

ബാബ ആശയവിനിമയം നടത്തുന്നത് വളരെ കുറച്ചു വാക്കുകൾ ഉപയോഗിച്ചാണ്. അവ തന്നെയും പകുതി കാറ്റായാണ് പുറത്തു വരുന്നത്. എങ്കിലും അദ്ദേഹവുമായുള്ള ആശയ വിനിമയം ഒട്ടും പ്രയാസം ഉളവാക്കിയില്ല എന്നത് അതിശയകരമായിരുന്നു. ഇതിനോടകം മണ്ണെണ്ണ കൊണ്ടു കത്തുന്ന അടുപ്പിൽ അദ്ദേഹം ചായ തയ്യാറാക്കി ഞങ്ങൾക്കു നൽകിയിരുന്നു. കൂടെ പാർലെ ബിസ്കറ്റും. ഞങ്ങൾ ബാഗിൽ കരുതിയിരുന്ന രസഗുലയും ബിസ്കറ്റും ബാബയ്ക്കു നല്കി. അവ ഞങ്ങൾക്ക് കൂടി പങ്കു വെക്കാൻ അദ്ദേഹം തുണിഞ്ഞെങ്കിലും ഞങ്ങൾ നിരുത്സാഹപ്പെടുത്തി.

കഴിഞ്ഞ പത്തു വർഷങ്ങളായി അദ്ദേഹം തപോവൻ വിട്ടു മറ്റെങ്ങും പോയിട്ടില്ലെന്ന് തുൾസി പറഞ്ഞിരുന്നു. ഗംഗോത്രിയിൽ നിന്നുള്ള വഴികൾ മുഴുവൻ മഞ്ഞു മൂടി ഇവിടേക്കുള്ള യാത്ര അസാധ്യമാകുന്ന നവംബർ മുതൽ ഏപ്രിൽ വരെയുള്ള ആറു മാസക്കാലം ഏകാന്തവാസമാണ്. ഒരു മണിക്കൂറോളം അവിടെ ചെലവഴിച്ച ശേഷം ഞങ്ങൾ മനസ്സില്ലാമനസ്സോടെ ബാബയോട് യാത്ര പറഞ്ഞു. അതിന് മുമ്പായി ഒപ്പം നിന്നൊരു ഫോട്ടോയ്ക്ക് അനുമതി ചോദിച്ചപ്പോൾ സന്തോഷപൂർവം തിളങ്ങുന്ന പുതു വസ്ത്രങ്ങൾ ധരിച്ചു വന്നു. ആലിംഗനം ചെയ്തപ്പോൾ അപാരമായ ഊർജം എന്നിലേക്ക് പ്രവഹിക്കുന്ന അനുഭൂതി. അവിടെ നിന്നിറങ്ങുമ്പോൾ, വീണ്ടും വരണമെന്നും ഏതാനും ദിവസമെങ്കിലും ബാബയ്ക്കൊപ്പം ആശ്രമത്തിൽ തങ്ങണമെന്നുമുള്ള ആഗ്രഹമായിരുന്നു ഞങ്ങളുടെ ഉള്ളിൽ.

൦൦

15. 9. 2018
ധൗന്ത്രിയിൽ

ഒരു മണിക്കൂർ മുമ്പ് കണ്ട ഗോവിന്ദേട്ടനല്ല ഇപ്പോൾ. അൽപ്പം മിനുങ്ങിയതിന്റെ ലക്ഷണങ്ങൾ. നാവിനു ശക്തി കൂടിയിരിക്കുന്നു. പക്ഷേ, ജോലിയിൽ ഉത്സാഹക്കുറവ്. ഓംലറ്റ് നിർമാണം ജ്യോതി ച്ചേട്ടൻ ഏറ്റെടുത്തപ്പോൾ ഗോവിന്ദേട്ടൻ വളരെ ഹാപ്പി. കേദാർനാഥിലേക്കുള്ള വഴിയിൽ ഉത്തരകാശിയിൽ നിന്ന് എൺപത് കിലോമീറ്ററോളം അകലെ രണ്ടു മലകൾക്കിടയിലുള്ള ധൗന്ത്രി എന്ന ഈ ഗ്രാമത്തിൽ ഞങ്ങളെത്തുമ്പോൾ സൂര്യൻ അസ്തമിച്ചിരുന്നു. ഏതാനും കടകളും സത്രങ്ങളും എസ്ബിഐയുടെ എടിഎം ഉള്ള ബ്രാഞ്ചുമൊക്കെയായി അത്യാവശ്യം സൗകര്യങ്ങളുള്ള ഒരു നാട്ടു കവല. അഞ്ചു പേർക്ക് കിടക്കാവുന്ന അറ്റാച്ച്ഡ് ബാത്റൂം സൗകര്യമുള്ള മുറിയിലെ രണ്ടു കിടക്കകൾ 300 രൂപയ്ക്ക് ഞങ്ങൾക്ക് അനുവദിച്ചു തരുമ്പോൾ മധ്യവയസ്സിന്റെ ഗൗരവം മുഴുവൻ വാരിയണിഞ്ഞ സുന്ദരിയായ ഉടമസ്ഥ, സീസൺ കഴിയാറായത് കൊണ്ടു മാത്രമാണ് ഇത്ര കുറഞ്ഞ നിരക്കിന് നൽകുന്നത് എന്നു പ്രത്യേകം ഓർമിപ്പിച്ചു. ബാഗുകൾ മുറിയിലാക്കി ബൈക്ക് സൗകര്യപ്രദമായി ഒതുക്കി വെച്ച ശേഷമാണ് ഞങ്ങൾ ഓരോ ചായ കുടിക്കാമെന്നു കരുതി അൽപ്പം മുന്നോട്ട് മാറി എതിരെയുള്ള ഒറ്റ മുറി ചായക്കടയിൽ ചെന്നത്. അറുപതിനും എഴുപതിനും ഇടയിൽ പ്രായമുള്ള ഗോവിന്ദേട്ടൻ തൊട്ടടുത്ത കടയിലെ സമപ്രായക്കാരൻ സുഹൃത്തുമായി കുശലം പറഞ്ഞിരിക്കുകയായിരുന്നു. രുചികരമായ ചായയും പക്കോടയും കഴിച്ചപ്പോൾ അത്താഴവും ഗോവിന്ദേട്ടനെ കൈയിൽ നിന്നായാലോ എന്നാലോചിച്ചു. ബ്രെഡും ഓംലെറ്റും മതിയെങ്കിൽ അദ്ദേഹം റെഡിയാണ്. ഞങ്ങൾ ഡബിൾ

ഓകെ പറഞ്ഞ്, വിശാലമായ ഓരോ കുളി പാസ്സാക്കാനായി മുറിയിലേക്ക് മടങ്ങി.

ഭോജബാസയിൽ നിന്ന് ഗംഗോത്രിയിലേക്കുള്ള 16 കിലോമീറ്റർ നടവഴിയും അവിടെനിന്ന് ഉത്തരകാശിയിലേക്കുള്ള നൂറു കിലോമീറ്റർ ദൂരവും പിന്നെ ഇവിടേക്കുള്ള ദൂരവും ഒരു പകൽ കൊണ്ടു പിന്നിട്ടു എന്നു വിശ്വസിക്കാൻ പ്രയാസം. രാവിലെ ഗംഗോത്രിയിലെത്തുമ്പോൾ 9.45 ആയിരുന്നു. തുൾസിയോടും ഭരതിനോടും യാത്ര പറഞ്ഞ് അവിടെനിന്നു പുറപ്പെടുമ്പോൾ പതിനൊന്നു മണി. ഗംഗോത്രിയിലേക്കുള്ള വഴിയിൽ ശ്രദ്ധിക്കാതെ വിട്ടുപോയ ഗംഗാ നാനിയിൽ ഇറങ്ങി ഗംഗാ മാതാവിനെ തൊഴുത്, ചൂട് നീരുറവയായ ഋഷികുണ്ഡിൽ മുങ്ങിക്കുളിച്ചു കയറിയപ്പോൾ മുന്നിൽ സഞ്ജയ്. കെഎംവിഎൻ ജീവനക്കാരനായ സഞ്ജയ്, ആദികൈലാസ യാത്രയിൽ ഞങ്ങളുടെ ചുമതലക്കാരനായിരുന്നു. സൗമ്യൻ, ശാന്തൻ, പിന്നെ മിടുക്കനായ മലകയറ്റക്കാരനും. ഏതാനും സുഹൃത്തുക്കളോടൊപ്പം ചതുർധാമങ്ങളും കേദാരങ്ങളും സന്ദർശിക്കാൻ ഇറങ്ങിയിരിക്കുകയാണ്. കൂടെ ഞങ്ങളോടൊപ്പം ആദികൈലാസ യാത്രയിലുണ്ടായിരുന്ന ഫെയ്നി മോദി എന്ന ഗുജറാത്തി പെൺകുട്ടിയും. ധാരാളം സമയം അവർക്കുള്ളതിനാൽ പരമാവധി സമയമെടുത്ത് ആസ്വദിച്ചാണ് അവരുടെ യാത്ര. ഞങ്ങളാണെങ്കിലോ, ഒരുവിധത്തിലുള്ള മരണപ്പാച്ചിലിലും. ലീവ് തീരുന്നതിനു മുൻപ് പോകുന്നിടത്തോളം പോകാം എന്ന് പുറമേ ആശ്വാസം പ്രകടിപ്പിക്കുമ്പോഴും, അതിനു മുൻപ് ഉദ്ദേശിച്ചിടത്തെല്ലാം ഓടിയെത്താനാകണേ എന്നാണ് ഉള്ളിലെ പ്രാർത്ഥന.

അതു കൊണ്ടു തന്നെ അവരെ അവിടെ വിട്ടു ഞങ്ങൾ ഉത്തരകാശിയിലേക്കു പുറപ്പെട്ടു. മൂന്നു മണിയോടെ സ്ഥലത്തെത്തിയ ഞങ്ങൾ നേരെ വർക്ക്ഷോപ്പിലെത്തി. നിതേഷ് റാവത്തും പ്രഭാകറും 'കിടിലം' വിനീത് അഗർവാളും സന്തോഷപൂർവം ഞങ്ങളെ സ്വാഗതം ചെയ്തു. വിനീത് ഒന്നു കൂടി ബുള്ളറ്റ് പരിശോധിച്ചു, കുഴപ്പമൊന്നുമില്ല എന്നുറപ്പു വരുത്തി. വീണ്ടും കാണാമെന്ന പ്രതീക്ഷ പങ്കു വെച്ചു ഞങ്ങൾ അടുത്ത ലക്ഷ്യത്തിലേക്കു പുറപ്പെടുകയായിരുന്നു.

ഉത്തരകാശിയിൽ നിന്നു ഭാഗീരഥിയുടെ മറുകരയിലൂടെയാണ് കേദാർനാഥിലേക്കുള്ള വഴി. ആകെ 288 കിലോമീറ്റർ. സമയം

വൈകുന്നേരം നാലേകാലായിരിക്കുന്നു. പരമാവധി ദൂരം ഓടി താമസസൗകര്യമുള്ള എവിടെയെങ്കിലും തങ്ങാം. ധൗന്ത്രിയിൽ താമസ സൗകര്യമുണ്ടെന്ന വിവരവും ഉത്തരകാശിയിലെ ഡ്രൈവർമാർ പറഞ്ഞു തന്നിരുന്നു.

കുളിയൊക്കെ കഴിഞ്ഞു ഭക്ഷണം കഴിക്കാൻ ചെന്നപ്പോൾ ഗോവിന്ദേട്ടൻ അടുത്ത കടയിലെ ചങ്ങാതിയുമൊത്തു നാടനോ പട്ടാളമോ എന്തൊക്കെയോ മോന്തി ആകെ വശപ്പിശകിൽ. കയ്യെത്തുന്നിടത്തു കണ്ണും കണ്ണെത്തുന്നിടത്തു മനവും ഒക്കെ എത്തണമെന്നാണല്ലോ, പാചകത്തിനും. ഒന്നും ഒരിടത്തും എത്തുന്നില്ല. ആകെയൊരു തത്തിക്കളി. അങ്ങനെയാണ് ബ്രെഡ് ഓംലറ്റ് എന്ന വിശിഷ്ട ഭക്ഷണം തയ്യാറാക്കുന്ന ചുമതല ജ്യോതിച്ചേട്ടൻ ഏറ്റെടുത്തത്. ഗോവിന്ദേട്ടന് ചായ ഉണ്ടാക്കുന്ന ജോലി മാത്രം. ഭക്ഷണം കഴിഞ്ഞ് അധികം കിന്നാരങ്ങൾക്കൊന്നും നിൽക്കാതെ ഞങ്ങൾ മുറിയിലേക്ക് മടങ്ങി. ഇവിടെ വലിയ തണുപ്പില്ല.

 oo

16. 9. 18
ഗൗരികുണ്ഡിലേക്ക്

നേരത്തെ ഉണർന്നു തയ്യാറായെങ്കിലും വെളിച്ചം വീണിട്ടേ പുറപ്പെട്ടുള്ളൂ. അവിടെനിന്ന് മദ്മഹേശ്വറിലേക്ക് ഒരെളുപ്പവഴിയുള്ളതായി ചായ തയ്യാറാക്കുമ്പോൾ ഗോവിന്ദേട്ടൻ പറഞ്ഞു. വഴിയെപ്പറ്റി ഉറപ്പില്ലാത്തതിനാലും അടുത്ത് കേദാർനാഥ് പോകാം എന്ന് നേരത്തെ തീരുമാനിച്ചിരുന്നതിനാലും ആ വഴി സ്വീകരിച്ചില്ല. ഇനിയും കാണാൻ പറ്റട്ടെ എന്ന ആഗ്രഹം പങ്കു വെച്ച് ഗോവിന്ദേട്ടനോട് വിടപറഞ്ഞു ഞങ്ങൾ പുറപ്പെട്ടു. ഇന്നത്തെ ലക്ഷ്യമായ ഗൗരികുണ്ഡ് 210 കിലോമീറ്റർ ദൂരെയാണ്. നാട്ടിൽ നാലുമണിക്കൂർ കൊണ്ട് ഓടിയെത്താവുന്ന ദൂരം. ഇരവിഴുങ്ങി രൂപഭംഗി നഷ്ടപ്പെട്ട പെരുമ്പാമ്പിനെപ്പോലുള്ള വഴി കുന്നുകളെ ചുറ്റിവരിഞ്ഞു മയങ്ങിക്കിടന്നു. ഇറക്കം, കയറ്റം, പിന്നെയും ഇറക്കം, പിന്നെയും കയറ്റം. വലിയ കാനനങ്ങളും പുൽമേടുകളും മൊട്ടക്കുന്നുകളും, വയലുകളാൽ ചുറ്റപ്പെട്ട ഗ്രാമങ്ങളും മാറിമാറി വന്നു. ചമിയാല എന്ന വലിയ അങ്ങാടിയിൽ എട്ടേകാലിന് ഞങ്ങളെത്തുന്നത് വരെ ഒരു വാഹനം പോലും എതിരെ വന്നില്ല എന്നത് അതിശയിപ്പിച്ചു. ഗ്രാമങ്ങൾ ചലിച്ചു തുടങ്ങുന്നതെയുള്ളൂ. ആഹ്ലാദത്തോടെ ജോലിക്കു പോകുന്ന ഒരു കൂട്ടം സ്ത്രീകൾ. കലപില ശബ്ദത്തോടെ തീറ്റ തേടിയിറങ്ങിയ പലതരം കിളികൾ. വിളവെടുപ്പ് കഴിഞ്ഞതും വിളവെടുക്കാറായതും കതിരിട്ടതുമായ പാടങ്ങൾ പല നിറങ്ങളിൽ വഴിക്കിരുവശവും ചിതറിക്കിടന്നു. ചിലയിടങ്ങളിൽ തട്ടുകളായി വയലുകൾ മല കയറിപ്പോയി.

തിൽവാര പട്ടണത്തിലെത്തുമ്പോൾ സമയം പതിനൊന്നര. വഴിയോരത്തെ ഒരു സർവീസ് സ്റ്റേഷനിൽ ബുള്ളറ്റിനെ കുളി

പ്പിച്ചു, സുന്ദരിയാക്കി. ചാർജ് വെറും അമ്പത് രൂപ. രുദ്രപ്രയാഗ് ജില്ല വഴിക്കാണ് ഇപ്പോൾ യാത്ര. അവിടെ അഗസ്ത്യമുനി എന്നു പേരായ ഒരു കവലയുണ്ട്. മന്ദാകിനീ തീരം വിട്ട് റോഡിൽ നിന്ന് ഉള്ളിലേക്ക് മാറി അഗസ്ത്യമുനിയുടെ ഒരു ക്ഷേത്രവും. ക്ഷേത്രത്തിലേക്ക് കയറുന്ന ഇടുങ്ങിയ വഴിയിൽ വീട്ടു മുറ്റത്തു പാട്ടുപാടി നൃത്തമാടുന്ന ഒരു ഭിന്ന ലിംഗക്കാരി. മൃദംഗം പോലുള്ള വാദ്യോപകരണങ്ങളുമായി ഏതാനും കൂട്ടുകാരികളും. ചുറ്റും കാഴ്ചക്കാരായി കുറെ സ്ത്രീകളും കുട്ടികളുമുണ്ട്. ക്ഷേത്രത്തിൽ തൊഴുതു ഞങ്ങൾ വീണ്ടും യാത്രയായി. റോഡ് വളരെ മോശമായ അവസ്ഥയിലാണ്. ബൈക്ക് വീണ്ടും പഴയ നിറം പ്രാപിച്ചു. കുണ്ഡിൽ നിന്ന് ഇടത്തേക്കാണ് ഗുപ്തകാശി. അതു വഴിയാണ് കേദാർനാഥിലേക്ക് പോകേണ്ടത്. കുണ്ഡിൽ നിന്നു വലത്തേക്കു തിരിഞ്ഞാൽ മദ് മഹേശ്വറിലേക്കും മറ്റു കേദാരങ്ങളിലേക്കും ബദ്രിനാഥിലേക്കും പോകാം. കേദാർനാഥന്റെ അനുഗ്രഹം വാങ്ങി ഞങ്ങൾ വീണ്ടും വരണം കുണ്ഡിലേക്ക്. റോഡ് മോശമായിത്തന്നെ തുടർന്നു.

ഗുപ്തകാശിയിൽ എത്തുമ്പോൾ രണ്ടര കഴിഞ്ഞിരുന്നു എന്നു തോന്നുന്നു. കേദാരങ്ങളുമായി ബന്ധപ്പെട്ട് നേരത്തേ പറഞ്ഞ ഐതിഹ്യത്തിൽ ഉൽപ്പത്തി സ്ഥാനമായ ഗുപ്തകാശി രുദ്രപ്രയാഗ് ജില്ലയിലെ വലിയൊരു പട്ടണമാണ്. ഋഷികേശിൽ നിന്ന് നേരെ ഗുപ്തകാശിയിലേക്ക് റോഡുണ്ട്.

ഭ്രാതൃഹത്യയുടെയും ബ്രഹ്മഹത്യയുടെയും പാപം തീർക്കാൻ ശിവപൂജയ്ക്കായി കാശിയിൽ (വാരാണസി) എത്തിയ പാണ്ഡവരിൽ നിന്നൊളിച്ച ഭഗവാനെ നന്ദിയുടെ രൂപത്തിൽ അവർ കണ്ടെത്തുന്നത് ഇവിടെ വച്ചാണ്. ശിവൻ ഭൂമിക്കടിയിലേക്ക് മറഞ്ഞ ഇടമാകയാലാണ് ഗുപ്തകാശിക്ക് ആ പേര് ലഭിച്ചത്.

മഹാദേവൻ പാർവതിയെ വിവാഹം ചെയ്യാനുള്ള സമ്മതമറിയിച്ചത് ഇവിടെയാണെന്നും ഒരു ഐതിഹ്യമുണ്ട്. അടുത്തു തന്നെയുള്ള ത്രിയുഗിനാരായണ ഗ്രാമത്തിൽ വച്ചാണത്രേ വിവാഹം നടന്നത്. പ്രധാന റോഡിൽ നിന്ന് ഇരുവശവും തിങ്ങി നിറഞ്ഞിരിക്കുന്ന കടകളും വീടുകളും ലോഡ്ജുകളുമുള്ള അനേകം പടിക്കെട്ടുകൾ കയറി വേണം വിശ്വനാഥ ക്ഷേത്രത്തിലേക്കെത്താൻ. കൂറ്റൻ പുറംവാതിൽ കടന്നെത്തുമ്പോൾ മലയുടെ ചെരിവിലായി കേദാർനാഥ് ക്ഷേത്രത്തിന്റെ ചെറു മാതൃക പോലെ വിശ്വനാഥ

ക്ഷേത്രം. കല്ലു കൊണ്ടു പണിത ശ്രീകോവിലിനു മുകളിൽ തടി കൊണ്ടുള്ള ആരൂഢവും ചെരിഞ്ഞ മേൽക്കൂരയും. വാതിലിന് ഇരു വശവും ദ്വാരപാലകന്മാർ. മുകളിൽ ഭൈരവൻ. ഉള്ളിൽ ഊർ ജദായകമായ അതി പുരാതന ശിവലിംഗം ഭക്തർക്ക് ആനന്ദം ചൊരിഞ്ഞു വർത്തിക്കുന്നു. പുറത്ത് ഇടതു വശത്തായി അർദ്ധനാരീശ്വര ക്ഷേത്രം. അവിടെ വിശ്വനാഥൻ തന്റെ ശരീരവും മനസ്സും വിശ്വമാതാവിന് പകുത്തു നൽകി ലോകാനന്ദകാരകരായി ഭക്തർക്ക് ദർശനമേകുന്നു. ക്ഷേത്രത്തിനു മുമ്പിൽ മണികർണിക എന്ന കുണ്ഡിലും സദാ അഭിഷിക്തനായി ലിംഗ രൂപത്തിൽ ശിവൻ. ഭാഗീരഥിയും യമുനയും രണ്ടരുവികളായി അഭിഷേക കർമം നിറവേറ്റുന്നു. കുണ്ഡിലിറങ്ങി ദേഹശുദ്ധി വരുത്തി ഇരു തീർത്ഥങ്ങളിലെയും അമൃത സമാനമായ ജലം ഓരോ കവിൾ കുടിച്ചു. അപ്പോൾ ചേട്ടൻ പറഞ്ഞു രണ്ട് അരുവികളിലെയും ജലത്തിന് വ്യത്യസ്ത രുചികളാണെന്ന്. അതു കേട്ട് വീണ്ടും രുചിച്ചപ്പോൾ, ശരിയാണ്.

ക്ഷേത്രത്തിൽ തിരക്കേയില്ല. ഒരു വ്രതമെന്നത് പോലെ, പൂജയ്ക്കായി ഞങ്ങൾ പൂജാരിമാരുടെ സഹായം തേടാറില്ല. കേരളത്തിൽ നിന്ന് ഇത്ര ദൂരം താണ്ടി വന്നിട്ട് തങ്ങൾക്ക് ദക്ഷിണ നൽകാത്തതിന് ഒരു പൂജാരി മുഷിയുകയും ചെയ്തു. ശ്രീകോവിലിനുള്ളിൽ മഹാദേവന്റെ മുമ്പിൽ മുട്ടുകുത്തി നമസ്കരിച്ച് ആ അനുഗ്രഹപീയൂഷത്തിൽ മുങ്ങി കുറച്ചു സമയം സ്വയം മറന്നിരുന്ന ശേഷം ആഹ്ലാദചിത്തരായി പുറത്തിറങ്ങി. ക്ഷേത്രമുറ്റത്തു കുറച്ചു സമയം കൂടി ചെലവഴിച്ച ശേഷം ഞങ്ങൾ ഗൗരി കുണ്ഡിലേക്ക് തിരിച്ചു. ഇനി 16 കിലോമീറ്റർ. കുന്നിന്റെ പള്ള മാന്തി പണിഞ്ഞിട്ടുള്ള, സാമാന്യം വലിയൊരു വാഹനത്തിനു മാത്രം കടന്നു പോകാവുന്ന വീതിയുള്ള റോഡ് ആകെ തകർന്നു കിടക്കുന്നതിനാൽ യാത്ര അതീവ ദുഷ്കരം. തടാകങ്ങൾ പോലെ വെള്ളം നിറഞ്ഞ ഭാഗങ്ങളും വഴുക്കൻ ചെളി നിറഞ്ഞ പ്രദേശങ്ങളും ബൈക്കിൽ കടന്നു പോകുക അതീവ ശ്രദ്ധ വേണ്ട കാര്യമാണ്. കാണുമ്പോൾ തന്നെ ഭീതി നിറയുന്ന അഗാധമായ കൊക്കയാണ് വലതു വശത്ത്. നിർമാണ പ്രവർത്തനങ്ങൾ നടക്കുന്നതിനാൽ ധാരാളം ടിപ്പർ ലോറികളും വലിയ മണ്ണു മാന്തികളും റോഡിൽ അങ്ങോട്ടുമിങ്ങോട്ടും സഞ്ചരിച്ചു കൊണ്ടിരുന്നു. ഒപ്പം, കേദാർനാഥിലേക്കും

തിരിച്ചുമുള്ള ഭക്തരുടെ വാഹനങ്ങളും. എതിരെ വാഹനങ്ങൾ വന്നാൽ അൽപ്പം സ്ഥലം അധികം കാണുന്നിടത്തു പരമാവധി ഒതുക്കി നിർത്തി കൊടുക്കണം. സൂര്യപ്രയാഗ് വരെ റോഡിന്റെ അവസ്ഥ പരിതാപകരവും യാത്ര അപകടകരവുമാണ്. പലേടത്തും ചെളിയിൽ തെന്നി വാഹനം മറിഞ്ഞു പോകാതിരിക്കാൻ നന്നായി കഷ്ടപ്പെടേണ്ടി വന്നു. സ്വകാര്യ വാഹനങ്ങൾ സൂര്യപ്രയാഗിൽ നിർത്തി അവിടെ നിന്നു വാനുകളിലോ ജീപ്പുകളിലോ ഗൗരികുണ്ഡിലേക്ക് പോകണമെന്നതാണ് നിയമം. ഡ്യൂട്ടിയിലുണ്ടായിരുന്ന പൊലീസുകാരെ സമീപിച്ചു ഞങ്ങൾ കേരളത്തിൽ നിന്നുള്ള തീർത്ഥാടകരാണെന്നു പറഞ്ഞപ്പോൾ ബൈക്കിൽ തന്നെ പോകാൻ അനുമതി തന്നു. വീതി കുറവാണെങ്കിലും നല്ല റോഡാണ് സൂര്യപ്രയാഗിൽ നിന്ന് ഗൗരി കുണ്ഡിലേക്ക്.

എത്തിയപാടെ, സുനിൽ ഹോട്ടലിൽ ഡീലക്സ് എന്ന പേരിലുള്ള, ആവശ്യത്തിന് സൗകര്യങ്ങളും വൃത്തിയുമുള്ള മുറിയെടുത്തു. 300 രൂപ മാത്രം വാടക. ചൂട് വെള്ളത്തിൽ കുളിച്ച് അവരുടെ അടുക്കളയിൽ നിന്നു തന്നെ രാത്രി 'ഖാനാ'യും (ചോറ്, റൊട്ടി, ദാൽ, ഉരുളക്കിഴങ്ങ് കറി) കഴിച്ചു. തണുപ്പ് കടുക്കുന്നതിന് മുൻപ് കുറെ നേരം മട്ടുപ്പാവിൽ നിന്ന് ഹിമാലയ മലനിരകൾ നോക്കി നിന്നു. താഴെ, മന്ദാകിനി പഴയ പ്രളയാവശിഷ്ടങ്ങളെ തീരത്തുപേക്ഷിച്ചു ചടുല നൃത്തം ചെയ്തു മലയിറങ്ങുന്നു. കരയിൽ തപ്തകുണ്ഡിൽ നിന്നു പൊങ്ങുന്ന നീരാവി അന്തരീക്ഷത്തിൽ ഖനീഭവിച്ചു നിൽക്കുന്നു. മുന്നിലെ കെട്ടിടത്തിന്റെ ടെറസ്സിൽ പാചകത്തിൽ മുഴുകിയിരിക്കുന്ന ഒരു സംഘം ഭക്തർ ഇടയ്ക്കിടെ ഭോലെനാഥന് ജയ് വിളിക്കുന്നു.

ശംഭോ! മഹാദേവ.

നാളെ കേദാരനാഥന്റെ സന്നിധിയിലേക്ക്.

○○

17. 9. 2018
കേദാർനാഥ്

സമയം വൈകുന്നേരം 6 മണി. കേദാരനാഥനായ മഹേശ്വരനെ തൊഴുതിറങ്ങിയ ഹർഷവർദ്ധന് മഹാദേവന്റെ തിരുനട വിട്ടു പോകാൻ മനസ്സു വന്നില്ല. എത്രയോ വർഷങ്ങളായി മുടങ്ങാതെ നടത്തുന്ന തീർത്ഥാടനമാണിവിടേക്ക്. എന്നിട്ടും, എത്ര തൊഴുതിട്ടും മതി വരുന്നില്ലല്ലോ! മൂന്നു വശവും ആകാശം മുട്ടി കാവൽ നിൽക്കുന്ന ഹിമാലയ നിരകളുടെ സംരക്ഷണയിൽ തെക്കോട്ടു ദർശനമായി മുന്നിലെ താഴ്‌വരയിലേക്കു തലയുയർത്തി നിൽക്കുന്ന കേദാർ ധാമത്തെ അത്ഭുതത്തോടെ നോക്കി നിന്നു ഹർഷവർദ്ധൻ. എന്തൊരു അലൗകിക സൗന്ദര്യമാണ് മഹാദേവന്റെ ഈ ആലയത്തിന്. വർഷങ്ങൾക്കു മുമ്പ് റൂർക്കിയിൽ ഒരു ചെറിയ പലചരക്കു കട തുടങ്ങാൻ അനുഗ്രഹം തേടിയാണ് ആദ്യമായി ഹർഷവർദ്ധൻ റാവത്ത് കേദാർനാഥിലെത്തുന്നത്. അതിനു ശേഷം ഇതുവരെയും ദേവദേവന്റെ ദർശനം മുടങ്ങിയിട്ടില്ല. രണ്ടുദിവസമെങ്കിലും തങ്ങുകയും അതിനിടയ്ക്കു പരമാവധി തവണ ദർശനം നടത്തുകയുമാണ് പതിവ്. അതിനു വേണ്ടി ധാമത്തിൽ നിന്ന് അധികം അകലെയല്ലാത്ത ജിഎംവിഎൻ റസ്റ്റ് ഹൗസിലാണ് മുറിയെടുക്കുക. ഇത്തവണയും അതിനു മാറ്റമില്ല. എങ്കിലും നട തുറന്നാൽ പരമാവധി സമയവും ക്ഷേത്രത്തെ ചുറ്റി നടന്നും ഇടത്തു മാറി കുന്നിൻ മുകളിൽ കുറേ ദൂരത്തു സ്ഥിതി ചെയ്യുന്ന ഭൈരവ ക്ഷേത്രത്തിൽ ദർശനം നടത്തിയുമൊക്കെ ചെലവഴിക്കുകയാണ് പതിവ്. മഹാദേവന്റെ അനുഗ്രഹത്താൽ ആ ചെറിയ പലചരക്കു കട ഇന്നൊരു മിനി സൂപ്പർമാർക്കറ്റായി പരിണമിച്ചിരിക്കുന്നു.

പഞ്ചകേദാരം

സായാഹ്ന പൂജയ്ക്കു നട തുറന്നിട്ട് ഒരു മണിക്കൂറായിരിക്കുന്നു. ഇടവിട്ടു മഴ പെയ്യുന്നുണ്ടെങ്കിലും ഭക്തജനങ്ങളുടെ തിരക്കിന് കാര്യമായ കുറവില്ല. രാത്രി 9 മണിക്കാണ് നടയടയ്ക്കുക. അതിനകം ഭക്തജനത്തിരക്ക് അൽപ്പം കുറയുന്ന സമയം നോക്കി വീണ്ടും ദർശനം നടത്തുവാനുദ്ദേശിച്ച് ഹർഷവർദ്ധൻ ക്ഷേത്രനടയിലെ കാഴ്ചകൾ കണ്ടു നിന്നു. പക്ഷേ, പതിവിൽ നിന്നു വിപരീതമായി എന്താണ് ഒരസ്വസ്ഥത പൊതിയുന്നത്? ലോകത്ത് താൻ ഏറ്റവും സ്വസ്ഥത അനുഭവിക്കുന്നത് ഇവിടെ മഹാദേവന്റെ മുന്നിലാണല്ലോ? എന്നിട്ടും ഇന്ന് എന്തേ ഭഗവാന്റെ സ്വാസ്ഥ്യം പകരുന്ന അനുഗ്രഹവർഷം തനിക്കു കിട്ടുന്നില്ല? മനസ്സിനെ സ്വസ്ഥമാക്കുന്നതിനായി ഹർഷവർദ്ധൻ ചുറ്റുമുള്ള കാഴ്ചകളിൽ ശ്രദ്ധ കേന്ദ്രീകരിക്കാൻ ശ്രമിച്ചു. പലവിധ വേഷഭൂഷകൾ അണിഞ്ഞ വ്യാജ നാഗസന്യാസിമാർ ഭക്തരുടെ ധർമക്കാശിന് കാത്തിരിക്കുന്നു. അവരവർക്കുള്ളത് കിട്ടുമെന്നുറപ്പുള്ളതിനാൽ കടിപിടിയില്ല. എങ്കിലും തനിക്കു കിട്ടുന്നതിന് കുറവു വരുന്നില്ലല്ലോ എന്നുറപ്പാക്കുന്നുണ്ട്. അതിനായി ഭക്തരുമായി കശപിശ ഉണ്ടാക്കുന്നുണ്ട് ചിലർ. ഒറ്റ നോട്ടത്തിൽ ആരുടെയും ശ്രദ്ധ നേടാനുള്ള വേഷങ്ങൾ അണിഞ്ഞ് ശൈവരെന്നു കാട്ടാൻ അടുത്ത് ത്രിശൂലങ്ങളുമായാണ് എല്ലാവരുടേയും ഇരിപ്പ്. ആടയാഭരണങ്ങളിൽ കാട്ടുന്ന ശ്രദ്ധയിൽ ഒരംശമെങ്കിലും ഭഗവാനെ സ്മരിക്കുന്നതിൽ കാട്ടിയിരുന്നുവെങ്കിൽ എന്നു മോഹിച്ചു പോയി ഹർഷവർദ്ധൻ. ഹിമവാന്റെ മടിത്തട്ടിൽ, ഭഗവാന്റെ തിരുമുമ്പിൽ ഭക്തിയുടെ പുറം ചട്ടയണിഞ്ഞ് ചുറ്റും പത്തിവിരിച്ചാടുന്ന ഉപഭോഗതൃഷ്ണയാകുന്ന സഹസ്രശാഖിയായ സർപ്പത്തെ കണ്ട് ഹർഷവർദ്ധന്റെയുള്ളിൽ ഒരു കയ്പ് നിറഞ്ഞു. ഭൈരവക്ഷേത്രത്തിലേക്ക് പോകൂ എന്ന് മനസ്സ് നിർബന്ധിക്കുന്നു. മുമ്പെങ്ങും സന്ധ്യയ്ക്കു ശേഷം അങ്ങോട്ടേക്കു പോയിട്ടില്ല. ഭയന്നിട്ടല്ല, ജഗന്നാഥന്റെ തിരുനടയിൽ നിന്നു മാറി നിൽക്കാനുള്ള മടി കൊണ്ട്. പക്ഷേ, ഇപ്പോൾ ഉള്ളിൽ നിന്നുള്ള നിർബന്ധം അത്ര ശക്തമയാതിനാൽ പിടിച്ചു നിൽക്കാനായില്ല അയാൾക്ക്. ക്ഷേത്രത്തിന്റെ ഇടതു വശത്തു കൂടി മലമുകളിലേക്കുള്ള ഒറ്റയടിപ്പാതയിലൂടെ പതുക്കെ നടന്നു. ഉദ്ദേശം ഒരു കിലോമീറ്ററോളമേയുള്ളൂ. പലപല ചിന്തകളിൽ മുങ്ങി കലുഷിതമായ മനസ്സുമായി നടന്നതിനാൽ കയറ്റത്തിന്റെ കാഠിന്യമോ വഴി

യുടെ ദൂരമോ അയാൾ അറിഞ്ഞില്ലെന്നു മാത്രം.

മറ്റേതാനും പേർ കൂടി മാത്രമേ അവിടെയുള്ളൂ. ക്ഷേത്രമെന്നു പറയാവുന്ന രീതിയിൽ ഒന്നുമില്ല. കേദാർനാഥന്റെ ആകൃതിയിൽ, മുതിർന്ന കാളയുടെ മുതുകിലെ കൂനു പോലുള്ള ഒരു പാറയിൽ ഭീഷണ രൂപത്തിൽ ഭൈരവമൂർത്തിയെ പ്രതിഷ്ഠിച്ചിരിക്കുന്നു. ദിഗംബരനാണ്. സമീപത്ത് ഭൈരവിയും മറ്റ് ഉപദേവതകളും. എല്ലാവരുടെയും നെറ്റിയിൽ കുങ്കുമം. ഏതാനും ത്രിശൂലങ്ങൾ. ചുറ്റുമുള്ള ലോഹവേലികളിൽ കൊടി തോരണങ്ങൾ. മുന്നിൽ ഒരു ചെറുമണ്ഡപം. അതിന് ലോഹ മേൽക്കൂരയുടെ സംരക്ഷണം. ആഢംബരം കുറവാണെങ്കിലും, തൊഴുതു പ്രാർത്ഥിച്ചപ്പോൾ ഏറെ നേരമായി പിണങ്ങി നിന്ന മനഃസമാധാനം തിരിച്ചു വന്നത് ഹർഷവർദ്ധൻ അനുഭവിച്ചറിഞ്ഞു. നമ്മുടെ ഭീതി അകറ്റുന്നവനാണല്ലോ ഭൈരവൻ!

തൊഴുതു കഴിഞ്ഞിട്ടും അവിടം വിട്ടു പോകാൻ തോന്നിയില്ല. ഇവിടെ ഇരിക്കൂ എന്ന് ഉള്ളിൽ നിന്നു മന്ത്രിക്കുന്നതു പോലെ. അയാൾ സമീപത്തു തന്നെ പാറപ്പുറത്തു കാലുകൾ മടക്കി ഇരുന്നു. കണ്ണുകളടച്ച് മഹാദേവനെ ധ്യാനിച്ചു.

എത്ര നേരം ഇരുന്നു എന്നറിയില്ല. പെട്ടെന്ന് ഉലകം നടുങ്ങുന്ന സ്ഫോടനശബ്ദം കേട്ടാണ് അയാൾ ഞെട്ടി കണ്ണു തുറന്നത്. ഹിമശിഖരങ്ങളിൽ തട്ടി അതിന്റെ മാറ്റൊലി അന്തരീക്ഷത്തിൽ നിറഞ്ഞു നിന്നു. അയാൾ താഴെ കേദാർധാമത്തിന്റെ സമീപത്തേക്കു നോക്കി. സ്ഫോടനശബ്ദത്തിന്റെ നടുക്കത്തിൽ ഏതാനും നിമിഷം പകച്ചു നിന്ന തീർത്ഥാടകരും സന്യാസിമാരും മറ്റുള്ളവരും എന്തു ചെയ്യണമെന്നറിയാതെ അങ്ങോട്ടുമിങ്ങോട്ടും ഓടി നടക്കുകയാണ്. സ്ഫോടനത്തിന്റെ മാറ്റൊലി അവസാനിക്കും മുമ്പേ എന്താണീ ഹുങ്കാര ശബ്ദം? ഭൂമിയാകെ കുലുങ്ങുകയാണല്ലോ! അയാൾ ശബ്ദത്തിന്റെ ഉറവിടത്തിലേക്കു നോക്കി. ദൂരെ വടക്കു വശത്ത് അതിരിട്ടു നിൽക്കുന്ന കൊടുമുടികൾക്കും പിന്നിൽ നിന്നാണത്. നിമിഷം പ്രതി അത് അടുത്തേക്ക് വരുകയാണ്. കുരുക്ഷേത്രത്തിൽ അണിനിരന്ന പ്രകാരം ലക്ഷക്കണക്കിന് കുതിരകളും ആനകളും തേരുകളും കാലാളുകളും ഉൾക്കൊള്ളുന്ന ഒരു വൻപട ആർത്തലച്ച് ആക്രമിക്കാൻ എത്തുന്ന പ്രതീതിയാണ് ആദ്യമുണ്ടായത്. തടസ്സം നിന്ന കൊടുമുടികളെ തകർത്തെറിഞ്ഞു

വന്നത് പക്ഷേ, വൻപടയായിരുന്നില്ല, മിന്നൽ പ്രളയമായിരുന്നു. ഹർഷവർദ്ധൻ അറിയാതെ വിളിച്ചു, ശംഭോ! മഹാദേവ. അണപൊട്ടിയ വൻകടൽ പോലെ അത് ആർത്തലച്ചു വരുകയാണ്. മുമ്പിലുള്ളതിനെയെല്ലാം തകർത്തെറിഞ്ഞും വാരിവിഴുങ്ങിയുമാണ് വരവ്. കേദാർനാഥ ക്ഷേത്രത്തിനു നേരെ തന്നെ, അല്ലെങ്കിൽ ആ താഴ്‌വരയിൽ വേറെ ഏതു വഴിക്കാണ് വരുക! ലോകം മുഴുവൻ തകർക്കാനുള്ള പ്രഹര ശേഷിയുമായി വരുന്ന ഈ മഹാ പ്രളയത്തെ ദേവദേവൻ എങ്ങനെ പ്രതിരോധിക്കും? പ്രളയജലം ഇതാ ക്ഷേത്രത്തിനടുത്തെത്തിക്കഴിഞ്ഞു. സഹസ്രബാഹുവായ ഒരു ഭീമാകാര സത്വത്തെപ്പോലെയാണ് പ്രളയജലം ഇപ്പോൾ. ചുറ്റുമുള്ളതെല്ലാം മൂടോടെ പിഴുതു വിഴുങ്ങുകയാണ്. പിന്നിലുണ്ടായിരുന്ന നിർമാണങ്ങളെല്ലാം കടപുഴക്കി എറിഞ്ഞു കഴിഞ്ഞു. ശ്രീശങ്കരാചാര്യ സമാധിയും അതിൽപ്പെടും. ഹർഷവർദ്ധന് ശരീരം തളരുന്നതു പോലെ തോന്നി. പെട്ടെന്ന് മുകളിലെവിടെയോ നിന്നു വിഴുങ്ങിയ നീളമുള്ള ഒരു കൂറ്റൻ പാറക്കല്ലിനെ തന്നെ കൈകളിലൊന്നു കൊണ്ടു വീണ്ടെടുത്ത് പ്രളയജലം പൂജാദ്രവ്യം പോലെ ക്ഷേത്രത്തിനു പിന്നിൽ സ്ഥാപിച്ചു, ഒരു ചെറു മതിൽ പോലെ!

ക്ഷേത്രത്തെ ലക്ഷ്യമിട്ടു വന്ന പാറക്കല്ലുകളും മൺതിട്ടകളുമെല്ലാം ആ കല്ലിൽ തട്ടി ഇരു വശത്തേക്കും മാറി താഴേക്ക് പാഞ്ഞു. ജലം മാത്രം അഭിഷേകം പോലെ ശ്രീകോവിലിനെ തഴുകി കടന്നു പോയി. അതിന്റെ കലി കൊണ്ടാകണം ഇരു വശത്തുമുള്ള അസംഖ്യം നിർമിതികളോടും അപ്രതീക്ഷിതമായ പ്രളയതാണ്ഡവത്തിൽ അസ്തപ്രജ്ഞരായി നിന്നു പോയ അസംഖ്യം മനുഷ്യരോടും മൃഗങ്ങളോടുമാണ് പ്രതികാരം തീർത്തത്. ഉദ്ദേശം ഒരു മണിക്കൂർ നീണ്ട പ്രകൃതിയുടെ സംഹാരതാണ്ഡവം അവസാനിച്ചപ്പോൾ ക്ഷേത്രത്തിനുള്ളിലും മുകളിൽ ഭൈരവസന്നിധിയിലും നിന്ന കുറേ പേരല്ലാതെ ജീവനുള്ളതൊന്നും അവിടെ അവശേഷിച്ചിരുന്നില്ല. ചുറ്റുമുള്ള വൻകെട്ടിടങ്ങളിൽ ഏറെയും നിലം പതിച്ചിരുന്നു. അല്ലാത്തവ അസ്ഥികൂടങ്ങൾ മാത്രമായി ചുരുങ്ങിയിരുന്നു. ഒരു വർഷത്തിനു ശേഷം കേടുപാടുകൾ തീർത്ത് ക്ഷേത്ര നടതുറന്നപ്പോൾ ദർശനത്തിനെത്തിയ ജ്യോതിച്ചേട്ടൻ ഹർഷവർദ്ധനെ കാണുമ്പോഴും ആ ഭയാനകമായ കാഴ്ചകളുടെ നടുക്കത്തിൽ നിന്ന്

അദ്ദേഹം പൂർണ മുക്തനായിരുന്നില്ല. ഈ അനുഭവ കഥ ജ്യോതിച്ചേട്ടൻ പറയുമ്പോൾ ഞങ്ങൾ ക്ഷേത്രത്തിനു പിന്നിലെ വിശ്വപ്രസിദ്ധമായ ആ കരിങ്കൽരൂപത്തിനു സമീപം നിൽക്കുകയാണ്. ഇപ്പോൾ പ്രളയം കഴിഞ്ഞ് നീണ്ട അഞ്ചു വർഷങ്ങൾ പിന്നിട്ടിരിക്കുന്നു.

എന്റെ അവധിക്കാലം തീരാൻ കുറച്ചു ദിനങ്ങൾ കൂടിയേ ഉള്ളൂ എന്നതിനാൽ കേദാർധാമത്തിലേക്കുള്ള പതിനാറു കിലോമീറ്റർ കയറ്റം കയറാൻ കുതിരകളുടെ സേവനം സ്വീകരിക്കാൻ തലേന്നു തന്നെ തീരുമാനിച്ചിരുന്നു. എങ്കിൽ മാത്രമേ അന്നു തന്നെ തിരിച്ചിറങ്ങാൻ കഴിയൂ. ഏറ്റവും കുറഞ്ഞ നിരക്കിൽ കുതിരകളെ കിട്ടുന്ന സ്ഥലമാണ് കേദാർനാഥ്. രണ്ടുപേരെ മുകളിലെത്തിക്കാൻ 1500 രൂപ. പോകുന്ന വഴി കുതിരകൾക്കു വേണ്ടി അടയ്ക്കാനുള്ള ലെവിയും അതിൽപ്പെടും.

സീസൺ തീർന്നു തുടങ്ങുന്നതു കൊണ്ടു കൂടി യാത്രികരെ കിട്ടാൻ എല്ലാ മാർഗങ്ങളും കുതിരക്കാർ സ്വീകരിക്കാറുണ്ട്. അത്യാവശ്യ സാധനങ്ങൾ മാത്രം ഒരു ചെറു ബാഗിലെടുത്ത് വലിയ ബാഗുകൾ ഹോട്ടലിൽ തന്നെ സൂക്ഷിക്കാനേൽപ്പിച്ചിരുന്നതിനാൽ യാത്ര കൂടുതൽ സുഖമായി. സമയം ആറുമണിയായിരുന്നു. തീർത്ഥാടകർ ഏറെയും നേരത്തേ പുറപ്പെട്ടിരുന്നതിനാൽ വഴിയിൽ തിരക്ക് കുറവാണ്. യമുനോത്രിയിലേക്കുള്ള വഴി പോലെ തന്നെ ഇവിടെയും മലകളുടെ പള്ള തുരന്ന് കോൺക്രീറ്റ് ചെയ്തു ബലപ്പെടുത്തിയിരുന്നു. കയറ്റം പക്ഷേ കുറേക്കൂടി കഠിനമാണ്.

സൂര്യൻ ഉദിച്ചു. മലമുകളിൽ നേരത്തേ നേരം വെളുക്കുമല്ലോ. ഓടകളുടെ ഈർപ്പത്തിന്റെ മടുപ്പിക്കുന്ന ഗന്ധം മനം പുരട്ടി, വഴിയിൽ ചുമടുമായി നിന്ന ഒരു കൂട്ടം കുതിരകൾക്കിടയിലേക്കു കയറിയതിനു ജ്യോതിച്ചേട്ടൻ കയറിയ കുതിരയെ കുതിരക്കാരൻ തല്ലി. അതോടെ കുതിര പെട്ടെന്ന് കുതിച്ചു പായുകയും അതിന്റെ പേരിൽ ചേട്ടനും പയ്യനും തമ്മിൽ വഴക്കുണ്ടാകുകയും ചെയ്തു. ഇതൊഴികെ പൊതുവെ സംഭവരഹിതമായിരുന്നു യാത്ര. 10 മണിയോടെ കുതിരപ്പുറത്ത് പ്രവേശനമുള്ളിടം വരെയെത്തി. ഇനി ഒരു കിലോമീറ്ററോളം നടന്നാൽ മതി. യമുനോത്രിയിലേക്കുള്ള 6 കിലോമീറ്റർ ദൂരം വലിച്ചു നീട്ടി 16 കിലോമീറ്ററാക്കിയതു പോലെ ആയിരുന്നതിനാൽ വഴിയോരക്കാഴ്ചകൾ വർണിക്കുന്നതിൽ അർ

ത്ഥമുണ്ടെന്നു തോന്നുന്നില്ല.

വഴിക്കു മാത്രമേ സാമ്യമുള്ളൂ. ക്ഷേത്ര പരിസരം അതിവിശാലമാണ്. പ്രത്യേകിച്ചും ഇടുങ്ങിയ യമുനോത്രിയുമായി താരതമ്യം ചെയ്യുമ്പോൾ. ഗുപ്തകാശിയിൽ നിന്നും മറ്റുമായി ധാരാളം ഹെലികോപ്റ്റർ സർവീസുകളുണ്ട് കേദാർനാഥിലേക്ക്. 2013-ലെ പ്രളയത്തിൽ നഷ്ടപ്പെട്ടതിലേറെയും പുനർനിർമിക്കപ്പെട്ടിരിക്കുന്നു. ക്ഷേത്രപരിസരത്തു നല്ല തിരക്കുണ്ട്. മൂന്നു വശവും ഹിമവൽ ശിഖരങ്ങൾ അതിരിട്ട വിശാലമായ മൈതാനത്ത് താഴ്വരയിലേക്ക് ദർശനമായി കേദാരനാഥ ക്ഷേത്രം. ശ്രീകോവിലിലേക്കു നോക്കി വിശ്രമിക്കുന്ന നന്ദി മുന്നിൽ.

അരികിൽ വെള്ളി പോലെ തിളങ്ങുന്ന അലങ്കരിച്ച കൂറ്റൻ ത്രിശൂലം. മറ്റു പല ക്ഷേത്രങ്ങളിലും എന്ന പോലെ പൂജയ്ക്കായി ഭക്തരെ വളഞ്ഞു പിടിക്കുന്ന പൂജാരിമാർ ഇവിടെയുമുണ്ട്. പിടി കൊടുത്തില്ല എന്നു പ്രത്യേകം പറയേണ്ടതില്ലല്ലോ. ഉള്ളിൽ നല്ല തിരക്കാണെങ്കിലും സുഖദമായ തണുപ്പും അപാരമായ ശാന്തിയും ഞങ്ങളെ പൊതിഞ്ഞു. കേദാരനാഥിൽ ഭഗവാൻ (കഥ മുൻ അധ്യായങ്ങളിൽ വിവരിച്ചിട്ടുണ്ട്) നന്ദിയുടെ മുതുകിലെ കൂനിന്റെ രൂപത്തിലാണ് ഭക്തർക്ക് ദർശനം നൽകുന്നത്.

പൂജ കഴിഞ്ഞ് ഒരു കുടുംബം എഴുന്നേറ്റ ഒഴിവിൽ മുട്ടുകത്തിയിരുന്നു വിഗ്രഹത്തിൽ നെറ്റിമുട്ടിച്ചു പ്രാർത്ഥിച്ചു. തണുപ്പു മാത്രമല്ല, ത്രൈലോകനാഥന്റെ അപാരമായ അനുഗ്രഹവർഷവും വൈദ്യുത പ്രവാഹം പോലെ ശരീരത്തിലേക്കു പ്രവഹിച്ചു. വിട്ടു പോരാൻ അനുവദിക്കാത്ത ഒരു കാന്തികവലയം ഭക്തനെ ഭഗവാനോടു ബന്ധിക്കുന്നു. എങ്കിലും പിന്നിൽ തങ്ങളുടെ ഊഴം കാത്തു നിൽക്കുന്ന അനേകരെ കരുതി എഴുന്നേറ്റു പതുക്കെ പുറത്തിറങ്ങി ക്ഷേത്രത്തിന് ഒരു വലം വെച്ചു. മുന്നിലെക്കാളും പിന്നിൽ പ്രളയത്തിന്റെ നീക്കിയിരുപ്പുകൾ അവശേഷിച്ചിട്ടുണ്ട്. ഏറ്റവും മുഖ്യം കേദാരധാമത്തെ പ്രളയത്തിൽ നിന്നു സംരക്ഷിച്ച ദിവ്യമായ ആ കല്ലു തന്നെ.

നീളമുള്ള കല്ലിന്റെ ഒരറ്റത്ത് ചെത്തിമാറ്റിയതു പോലുള്ള ഭാഗത്ത് കങ്കുമം പൂശിയിരുന്നത് മുറിവേറ്റു ചോരയൊലിക്കുന്ന പ്രതീതിയാണ് ഉണ്ടാക്കിയത്. പ്രളയത്തിൽ തകർന്നതിൽ ഏറെയും പുനർനിർമിച്ചിട്ടുണ്ടെങ്കിലും ക്ഷേത്രത്തിനു പിന്നിലെ ശ്രീശങ്ക

രന്റെ സമാധി മണ്ഡപം പുനർനിർമിച്ചിട്ടില്ല. ആചാര്യർ ദേഹം വെടിഞ്ഞത് ഇവിടെ വച്ചാണെന്നു വിശ്വസിക്കപ്പെടുന്നു. കർമത്തിനായി മൂന്നു പതിറ്റാണ്ടോളം മാത്രം ദീർഘിച്ച തന്റെ ഭൗതിക ജീവിതം മുഴുവൻ ഉഴിഞ്ഞുവച്ച അദ്വൈതാചാര്യനു പ്രണാമം. മഹാ അലസനായ ഈയുള്ളവന് പ്രചോദനമായാലും.

ക്ഷേത്രത്തിനു പിന്നിൽ കുറച്ചു മാറി പുതിയ മതിൽ പണിഞ്ഞിട്ടുണ്ട്. പ്രകൃതിതാണ്ഡവങ്ങളെ ചെറുക്കാനുള്ള മനുഷ്യന്റെ വൃഥാശ്രമങ്ങൾ! കേദാരനാഥ സന്നിധിയിൽ നിന്ന് ഇടതുമാറി ദൂരെ കുന്നിൻ മുകളിലായി ഭൈരവ ക്ഷേത്രം. അന്നു തന്നെ ഇറങ്ങി അടുത്ത ലക്ഷ്യത്തിലേക്കു പുറപ്പെടാനുള്ള തിടുക്കം മനസ്സിനെ പിടിച്ചു വലിച്ചതിനാൽ ഒരു കിലോമീറ്ററോളം അകലമുള്ള അവിടേക്കു കയറിയില്ല. വീണ്ടും വരാനുള്ള കാരണങ്ങൾ അവശേഷിപ്പിച്ചതുമാകാം. ക്ഷേത്രമുറ്റത്ത് ഭിക്ഷയ്ക്കു വേഷം കെട്ടി ഇരിക്കുന്ന സ്വയം പ്രഖ്യാപിത നാഗരെ കടന്നു താഴേക്കു വരുമ്പോൾ മുകളിലേക്കു കയുന്ന സഞ്ജയും ഫെയ്നിയും.

ഗൗരികുണ്ഡിൽ എത്തുമ്പോൾ നാലു മണി കഴിഞ്ഞിരുന്നു. സമയം കളയാതെ ഹോട്ടലിൽ നിന്നു ബാഗുകൾ എടുത്ത് അടുത്ത ലക്ഷ്യത്തിന്റെ പരമാവധി അടുത്തേക്ക് എത്താനുള്ള തിടുക്കത്തിൽ പുറപ്പെട്ടു. മദ്മഹേശ്വറാണ് ആ ലക്ഷ്യം.

൦൦

18. 9. 18
മദ്മഹേശ്വർ

മഹാദേവൻ നാഭീരൂപത്തിൽ പ്രത്യക്ഷപ്പെട്ട സ്ഥലമാണ് മദ്മഹേശ്വർ എന്നു പ്രസിദ്ധിയാർന്നതും പഞ്ചകേദാരങ്ങളിൽ രണ്ടാമത്തേതുമായ പുണ്യധാമം. പുരാതനകാലത്ത് പൂർണമായും കാൽനടയായി മാത്രം പഞ്ചകേദാര യാത്ര സാദ്ധ്യമായിരുന്ന കാലത്ത് കേദാർനാഥും തുംഗനാഥും രുദ്രനാഥും സന്ദർശിച്ച ശേഷം നാലാമതായി സന്ദർശിക്കേണ്ട തീർത്ഥാടന കേന്ദ്രമായിരുന്നത്രെ മദ് മഹേശ്വർ. ഗുപ്തകാശിയിൽ നിന്ന് ഒരു വശത്തേക്ക് ഗൗരികുണ്ഡിലേക്കും മറുവശത്തേക്കു കുണ്ഡ്, ഉഖീമഠ്, ചോപ്ത, മണ്ഡൽ, ഗോപേശ്വർ വഴിയായി ബദ്രിനാഥിലേക്കും വലിയ റോഡ് വന്നതോടെ കേദാർനാഥിൽ നിന്ന് അടുത്ത ലക്ഷ്യമായി മദ് മഹേശ്വർ മാറി. രണ്ടാം പാണ്ഡവനും മഹാശക്തനുമായ ഭീമസേനനാണ് മധ്യമഹേശ്വർ എന്നുകൂടി പേരുള്ള ഈ മനോഹര പുണ്യക്ഷേത്രം പണികഴിപ്പിച്ചത് എന്നു വിശ്വസിക്കപ്പെടുന്നു.

ഗുപ്തകാശിയിൽ നിന്നു കുണ്ഡിലെത്തി അവിടെ നിന്ന് ഉഖീമഠത്തിലെത്തി ഇടത്തേക്ക് തിരിഞ്ഞ് മൻസുന വഴി ഉനിയന ഗ്രാമത്തിൽ ചെന്ന് വേണം മദ്മഹേശ്വറിലേക്കു പോകാൻ. ഉഖീമഠത്തിൽ നിന്ന് മൻസുനയിലേക്കു ജീപ്പുകൾ മാത്രമാണ് ആശ്രയം. മൻസുനയിൽ നിന്ന് ഉനിയന കഴിഞ്ഞ് 2 കിലോമീറ്റർ കൂടി മുന്നിലുള്ള റാൻസി വരെ ടാർ ചെയ്ത റോഡുണ്ട്. ബൈക്കിൽ ഞങ്ങൾക്ക് അവിടം വരെ പോകാം. പിന്നെ 16 കിലോമീറ്റർ എന്നു രേഖകളിലും എന്നാൽ 20 കിലോമീറ്റർ നടന്നാലും തീരാത്ത, ഇറക്കവും പിന്നെ കയറ്റത്തിനു മേൽ കയറ്റങ്ങളായുള്ള നടവഴിയും താണ്ടി വേണം ഈ പുണ്യ കേദാരത്തിലെത്താൻ.

തലേന്ന് രാത്രി കുണ്ഡിനടുത്തുള്ള ഒരു ഹോട്ടലിലാണു രാത്രി തങ്ങിയത്. കൗമാരക്കാരനും സുന്ദരനുമായ നടത്തിപ്പുകാരൻ പ്രശാന്ത് നല്ലൊരു പാചകക്കാരനും കൂടി ആയിരുന്നതിനാൽ രാത്രി ഭക്ഷണം ഗംഭീരമായിരുന്നു.

രാവിലെ തിരിച്ചതിനാൽ ആറരയോടെ ഉഖീമഠിൽ എത്തി. കുണ്ഡിൽ നിന്നു 16 കിലോമീറ്റർ. മഹാബലിപുത്രനായ ബാണന്റെ മകളായ ഉഷയുടേയും ശ്രീകൃഷ്ണ പൗത്രനായ അനിരുദ്ധന്റെയും വിവാഹം നടന്ന ഇടമാകയാൽ ഉഷാമഠം എന്നായിരുന്നുവത്രെ ശരിക്കുള്ള പേര്. പിന്നീട് ഉഖീമഠം എന്നു പരിണമിക്കുകയായിരുന്നു. മഠത്തോടു ചേർന്ന് ശിവനെ ഓംകാരേശ്വരനായി പൂജിക്കുന്ന മനോഹര ക്ഷേത്രം. മഞ്ഞുകാലത്ത് കേദാരനാഥനെയും മദ് മഹേശ്വരനെയും പൂജിക്കുന്നതും ഇവിടെയാണ്. വലിയ നടവാതിൽ കടന്ന് ഉള്ളിൽ പ്രവേശിച്ചു. ശാന്തവും സുന്ദരവും ആശ്വാസദായകവുമായ അന്തരീക്ഷം. ക്ഷേത്രത്തിൽ മറ്റാരുമില്ലായിരുന്നു.

ഓംകാരേശ്വരനെ തൃപ്തി വരുവോളം തൊഴുതു. പൂജാരിമാരിൽ ഒരാൾ ക്ഷേത്ര ഐതിഹ്യത്തെയും മഠത്തെയും പറ്റി പറഞ്ഞു തരാൻ കൂടെ നിന്നു. ക്ഷേത്രത്തിനു മുന്നിൽ മഠത്തിനുള്ളിൽ നടുമുറ്റം പോലുള്ള സ്ഥലത്ത് ഒരു മണ്ഡപം. അവിടെ വച്ചാണത്രേ ഉഷാ-അനിരുദ്ധ വിവാഹം നടന്നത്. വിവാഹത്തിൽ പങ്കെടുക്കാൻ സാക്ഷാൽ ശ്രീകൃഷ്ണൻ തന്നെ എഴുന്നള്ളിയ വിവരം പൂജാരി അഭിമാനത്തോടെ വിവരിച്ചു. ഇക്കഥ വിശദമായി മഹാഭാരതത്തിലും ചെറു വ്യത്യാസങ്ങളോടെ മഹാഭാഗവത ശിവപുരാണങ്ങളിലും വിവരിച്ചിട്ടുണ്ട്. അസുരരാജാവായിരുന്ന ബലിയുടെ പുത്രനായ ബാണൻ മഹാശിവഭക്തനായിരുന്നു. മഹാശക്തനായ ബാണൻ തന്റെ ആയിരം കൈകൾ കൊണ്ടു വ്യത്യസ്ത വാദ്യങ്ങൾ വായിക്കാൻ ശേഷിയുള്ളവനായിരുന്നു. ഒപ്പം തന്റെ ബലത്തിൽ മഹാ അഹങ്കാരിയും. ബാണപുത്രിയും അതിസുന്ദരിയുമായ ഉഷ, സ്വപ്നത്തിൽ കണ്ട യുവകോമളനായ അനിരുദ്ധനിൽ അനുരാഗബദ്ധയാകുകയും ആത്മസഖിയായ ചിത്രലേഖയുടെ സഹായത്തോടെ ഉറക്കത്തിൽ ദ്വാരകയിൽ നിന്നു കടത്തിക്കൊണ്ടു വരുന്ന അവനുമൊത്ത് രാത്രികൾ ചെലവഴിക്കുകയും ചെയ്തു വന്നു. ചാരന്മാരാൽ വിവരമറിഞ്ഞു ക്രുദ്ധനായ ബാണൻ അനിരുദ്ധനെ തടങ്കലിലാക്കി. പൗത്ര മോചനത്തിനായി

ശ്രീകൃഷ്ണൻ സൈന്യവുമായെത്തി. തന്റെ ഭക്തനെ സഹായിക്കാൻ മഹാദേവനും യുദ്ധസന്നദ്ധനായി വന്നു. തുടർന്നു നടന്ന അതി ഘോരമായ പോരാട്ടത്തിനൊടുവിൽ ശ്രീകൃഷ്ണൻ ജൃംഭനാസ്ത്രം പ്രയോഗിക്കുകയും അതിന്റെ ശക്തിയിൽ ദേവദേവൻ കോട്ടുവാ ഇടാൻ എടുത്ത ഇടവേളയിൽ ശ്രീകൃഷ്ണൻ ബാണന്റെ തൊള്ളാ യിരത്തി തൊണ്ണൂറ്റിയെട്ടു കരങ്ങളും ഛേദിച്ചു എന്നുമാണ് കഥ. അതോടെ അഹങ്കാരനാശം സംഭവിച്ച ബാണൻ അവശേഷിച്ച ഇരു കരങ്ങളും കൂപ്പി ശ്രീകൃഷ്ണനെ വണങ്ങുകയും മഹാദേ വന്റെ അനുഗ്രഹത്തോടെ ശ്രീകൃഷ്ണന്റെ സാന്നിദ്ധ്യത്തിൽ ഉഷ യുടെയും അനിരുദ്ധന്റെയും വിവാഹം നടത്തിക്കൊടുക്കുകയും ചെ യ്തു.

മഠത്തിനു പുറത്തിറങ്ങി ക്ഷേത്രത്തിനു പിന്നിലുള്ള പഞ്ച കേദാർ ദർശനമന്ദിരവും സന്ദർശിച്ച് ഞങ്ങൾ പതുക്കെ റാൻസി യിലേക്കു തിരിച്ചു. മനോഹരങ്ങളായ ഗ്രാമഭൂമികളും കാനന ങ്ങളും താണ്ടുന്ന, ഏറെയും തകർന്നതും പലേടങ്ങളിലും അത്യ ന്തം അപകടകരവുമായ റോഡിലൂടെ സൂക്ഷിച്ചു വണ്ടിയോടിച്ച് മൻസുന, ഉനിയന എന്നിവിടങ്ങൾ പിന്നിട്ട് എട്ടരയോടെ റാൻസി യിലെത്തി. റോഡ് അവിടെ അവസാനിക്കുന്നു. വഴിയരുകിൽ താഴ്വാരത്തോടു ചേർന്ന് ഒരു ചെറിയ ഇരുമുറിക്കട. താഴെ തുള്ളിയൊഴുകുന്ന തെളിനീർപ്പുഴ, ആഴത്തിൽ. വഴിയരികിൽ പര മാവധി ഒതുക്കി ബുള്ളറ്റ് നിർത്തി വലിയ ഭാണ്ഡങ്ങൾ കടയിൽ സൂക്ഷിക്കാനേൽപ്പിച്ചു. പ്രഭാതഭക്ഷണമായി നൂഡിൽസ് കഴിച്ച് ഒരു ചെറു ബാഗിൽ വെള്ളവും മറ്റ് അത്യാവശ്യ വസ്തുക്കളുമെ ടുത്ത് ഞങ്ങൾ ഇറക്കമിറങ്ങാൻ തുടങ്ങി. പൈൻ മരക്കാട്ടിലൂടെ നദീതീരത്തേക്ക് കുത്തനെ ഇറങ്ങുന്ന റോഡ് പിന്നെ ഗൗണ്ഡർ വരെ നിരപ്പിൽ പോകുന്നു. ഗൗണ്ഡറിൽ നിന്ന് യാത്രയ്ക്ക് കുതിര കളെ കിട്ടുമെന്ന് റാൻസിയിലെ കടയുടമയിൽ നിന്നറിഞ്ഞപ്പോഴു ണ്ടായ സന്തോഷം റേറ്റ് കേട്ട നിമിഷം ആവിയായിപ്പോയി. രണ്ടു കുതിരകൾക്ക് 5000 രൂപ. താങ്ക മുടിയാത് തമ്പി എന്ന് മനസ്സിൽ പറഞ്ഞ് നടന്നു.

ഇനി കയറ്റമാണ്. നല്ല തെളിഞ്ഞ കാലാവസ്ഥ. പക്ഷേ, സൂര്യൻ ശക്തിയിൽ ജ്വലിക്കാൻ തുടങ്ങിയിരുന്നു. തുടക്കത്തിൽ കയറ്റം നിത്യഹരിത വനത്തിന്റെ കുളിരിലൂടെ ആയിരുന്നതിനാൽ ചൂടറി

ഞ്ഞില്ല. പക്ഷേ, പതുക്കെ കാനന മേലാപ്പ് അപ്രത്യക്ഷമാകുകയും ഞങ്ങൾ സൂര്യന്റെ നേരിട്ടുള്ള നിരീക്ഷണത്തിൽ ആകുകയും ചെയ്തു. പ്രയാസപ്പെട്ടു കയറുന്ന ഞങ്ങളെ കടന്ന് തലയിൽ വലി യൊരു പുല്ല് കെട്ടുമായി വെയിലും കഠിന വഴിയും കൂസാതെ താഴെ നിന്ന് ഒരു ചെറുപ്പക്കാരി കയറി വന്നു. തൊട്ടു മുന്നിലുള്ള ഗ്രാമത്തിൽ നിന്നാണവർ. നാമമാത്രമായ വീടുകളുള്ള ഗ്രാമത്തിൽ ഒരു ചെറുപീടിക. കട്ടൻ ചായയും ബിസ്കറ്റും അൽപ്പം വിശ്രമവും കഴിച്ച് വീണ്ടും കയറ്റം. ഇപ്പോൾ ഏറെയും പുൽമേടുകൾക്കിടയി ലൂടെയാണ് യാത്ര. സൂര്യന്റെ കഠിന പരീക്ഷണത്തിനിടയിലും കണ്ണുകളെ കുളിരണിയിക്കുന്ന മനോഹരമായ കാഴ്ചകൾ. ഇളം മഞ്ഞ കലർന്ന് തിളക്കം വച്ച സുന്ദരമായ കുന്നിൻ ചെരിവുകൾ. കുന്നുകൾക്കിടയിലൂടെ കുണുങ്ങിയൊഴുകുന്ന പുഴയുടെ കരയിൽ നിന്ന് പുൽമേടുകളിൽ ഓടിക്കളിക്കുവാനെന്ന വണ്ണം കയറി വരു ന്ന നിത്യഹരിത വനത്തിന്റെ ഇരുണ്ട പച്ച. അക്കരെ കുന്നുകൾ നട്ടുച്ചയിലും വനങ്ങളാകുന്ന കട്ടിപ്പുതപ്പുകൾ പുതച്ചു മയങ്ങിക്കിട ക്കുന്നു.

ഇപ്പോഴും കയറ്റം തന്നെ. ഒരു വളവു കഴിഞ്ഞപ്പോൾ താഴേക്കി റങ്ങുന്ന യാത്രികർ. ലക്ഷ്യം എവിടെയെന്നറിയാത്ത ഇത്തരം യാത്രകളിൽ ലക്ഷ്യം കണ്ടു മടങ്ങുന്ന യാത്രികർ എപ്പോഴും ആശ്വാസമാണ്. പ്രത്യേകിച്ചും യാത്രികർ വളരെ ചുരുക്കമായ മദ് മഹേശ്വർ, രുദ്രനാഥ് എന്നിവിടങ്ങളിലേക്കുള്ള വീഥികളിൽ. കഴു ത്തിൽ ചുറ്റിയ വെള്ള തോർത്തുകളിൽ നിന്നു തന്നെ മനസ്സി ലായി മലയാളികളാണെന്ന്. ഇരട്ടി മധുരം! അജിത്തും പ്രേംകു മാറും പിന്നാലെയുള്ള മറ്റു മൂന്നു ഹിമാലയ പ്രേമികളും തലേന്നു കയറിയവരാണ്. ഞങ്ങൾക്ക് താണ്ടാൻ കഠിന വഴികൾ ഇനിയു മേറെ. എങ്കിലും നാട്ടിൽനിന്ന് ആയിരക്കണക്കിന് കിലോമീറ്ററുകൾ അകലെ അവരെ കണ്ടത് ഞങ്ങളിൽ ഊർജം നിറച്ചു. പിന്നാലെ ഉണ്ണികൃഷ്ണവാര്യർ, മിശിഹ ദാസ്, റോയി എന്നീ മഹത്തുക്ക ളെയും കണ്ടു. അഞ്ചു പേരും കോട്ടയം എംജി സർവകലാശാലാ ജീവനക്കാർ. വർഷത്തിൽ ഒരു ഹിമാലയ യാത്രയെങ്കിലും മുട ങ്ങാതെ ചെയ്യുന്നവർ. യാത്രാമംഗളങ്ങൾ നേർന്ന് അവർ തുംഗ നാഥ് ലക്ഷ്യമാക്കി താഴേക്കും, മധ്യ മഹേശ്വരനെ ലക്ഷ്യം വച്ച് ഞങ്ങൾ മുകളിലേക്കും നടത്തം തുടർന്നു.

അടുത്ത ദിവസം തുംഗനാഥന്റെ അരികിൽ ചോപ്ത എന്ന മനോഹര ഭൂമിയിൽ ഞങ്ങൾ വീണ്ടും കണ്ടുമുട്ടും എന്ന് അപ്പോൾ അറിഞ്ഞിരുന്നില്ല. കുന്നിൻ ചെരിവുകളിൽ അങ്ങിങ്ങു ചിതറിക്കിടക്കുന്ന ഒറ്റപ്പെട്ട ചെറുകുടിലുകളിൽ ജീവിതം കരുപ്പിടിപ്പിക്കാൻ പ്രകൃതിയോടു മല്ലിടുന്ന ഗ്രാമീണർ. പലേടത്തും സ്ത്രീകളും കുട്ടികളും വൃദ്ധരും കന്നുകാലികളും മാത്രമേ കാണുകയുള്ളു. ആരോഗ്യമുള്ള ചെറുപ്പക്കാർ ഏറെയും തൊഴിലും മെച്ചപ്പെട്ട വരുമാനവും തേടി നഗരങ്ങളിലെ പണിയിടങ്ങളിലാണ്. പല വീടുകളും തീർത്ഥാടന കാലത്ത് വഴിയോര വിശ്രമകേന്ദ്രങ്ങളും ഹോംസ്റ്റേകളുമായി പ്രവർത്തിക്കാറുണ്ട്. ആവശ്യമില്ലെങ്കിലും ഇത്തരം വീടുകളിൽ നിന്ന് എന്തെങ്കിലും വാങ്ങാൻ ശ്രദ്ധിക്കാറുണ്ട്. ഉയരം കൂടുന്തോറും രുചി മാത്രമല്ല വിലയും പല മടങ്ങ് വർദ്ധിക്കുമെന്നു മാത്രം!

പുൽമേട് പിന്നിട്ട് വഴി വീണ്ടും കാട്ടിലേക്ക്, മരങ്ങൾക്കിടയിലേക്ക് കടന്നുവെങ്കിലും യാത്ര കഠിനത്തിൽ നിന്ന് അതി കഠിനമായി മാറുകയാണ്. ഓരോ വളവിനപ്പുറവും ലക്ഷ്യമാവുമെന്നു പ്രതീക്ഷ വച്ചും അതിനു വേണ്ടി പ്രാർത്ഥിച്ചുമാണ് യാത്ര. പക്ഷേ, വളവിനപ്പുറം വഴി വീണ്ടും ചുറ്റി വളഞ്ഞു നീണ്ടു കിടന്നു. ദിവസങ്ങളായുള്ള വിശ്രമമില്ലാത്ത യാത്ര ശരീരത്തെ ബാധിച്ചതാണോ? ലക്ഷ്യം അടുത്തെന്ന് സ്വയവും പരസ്പരവും ആശ്വസിപ്പിച്ചു ഞങ്ങൾ പതുക്കെ കയറി. എതിരെ വന്ന പ്രത്യേക രീതിയിൽ വസ്ത്രം ധരിച്ച, താടിയും മുടിയും നീട്ടി വളർത്തിയ, വണ്ണമുള്ള ഒരു യാത്രികനും അദ്ദേഹത്തിന്റെ ആശ്രിതനെന്നു തോന്നിച്ച ആളും ലക്ഷ്യം തൊട്ടടുത്ത് തന്നെ എന്നാശ്വാസം പകർന്നു. ക്ഷേത്രത്തിലെ പൂജാരിയും സഹായിയുമായിരുന്നു അവരെന്ന് ദീപാരാധനയ്ക്ക് ക്ഷേത്രനടയിൽ കാത്തു നിൽക്കുമ്പോൾ മാത്രമേ ഞങ്ങൾ അറിഞ്ഞുള്ളൂ.

അങ്ങനെ ഓരോ ഇഞ്ചായി അളന്നു നടന്നു ഞങ്ങൾ കാട്ടിനുള്ളിൽ നിന്നു പുറത്തെത്തി. അതാ ദൂരെ മദ്മഹേശ്വര ധാമം. മൂടിയപ്പോൾ ചുളിവു വീണ കട്ടിയുള്ള മെത്ത പോലെ പച്ച പുതച്ച മനോഹരവും നിമ്നോന്നതവുമായ താഴ്വര. അതിനു നടുവിൽ തലയുയർത്തി മനോഹരമായ മദ്മഹേശ്വര ക്ഷേത്രം സായാഹ്ന സൂര്യന്റെ മനോഹര പ്രഭയിൽ തിളങ്ങി നിൽക്കുന്ന അലൗകിക

ദൃശ്യം. അതുവരെ അനുഭവിച്ച പ്രയാസങ്ങളെല്ലാം ഒരു നിമിഷം കൊണ്ട് മറന്നു. ഭക്തപ്രിയന്റെ സന്നിധിയിൽ എത്തിയതിന്റെ ആഹ്ലാദാതിരേകത്തോടെ ആ വഴിയിൽ തന്നെ ഞങ്ങൾ രണ്ടു പേരും.ദേവദേവനെ മനസ്സിൽ ധ്യാനിച്ചു സാഷ്ടാംഗം പ്രണമിച്ചു, ഹാ! എന്തൊരാനന്ദം.

ഒറ്റനോട്ടത്തിൽ കേദാരധാമത്തെ പോലെ തന്നെയാണ് ക്ഷേത്രമന്ദിരം. കുറച്ചു കൂടി ചെറുതാണെന്നു മാത്രം. ഇരുവശ ത്തേക്കും ചരിഞ്ഞ മുൻഭാഗത്തിനു പിന്നിൽ ആകാശത്തേക്ക് തല ഉയർത്തി നിൽക്കുന്ന, കല്ലും മരവും കൊണ്ട് നിർമിച്ച ഗോപുര മാണ് ആദ്യം ശ്രദ്ധയിൽപ്പെടുക. തറനിരപ്പിൽ നിന്ന് അൽപ്പം താഴ്ത്തിയാണ് മന്ദിരം പണിഞ്ഞിട്ടുള്ളത്. ദേഹശുദ്ധി വരുത്താൻ പുറത്തൊരു തെളിനീരരുവി. ക്ഷേത്രനട അടച്ചിരുന്നു. ഇനി ആറ രയ്ക്ക് ദീപാരാധനയ്ക്കായേ തുറക്കൂ. വലതു വശത്ത് ഓവിലൂടെ നിലയ്ക്കാത്ത തീർത്ഥപ്രവാഹം. ഇടതുവശത്ത് പുറകിലായി അർ ദ്ധനാരീശ്വരനും ദേവിക്കുമായി പ്രത്യേകം ചെറുമന്ദിരങ്ങൾ. പുറ ത്ത് പൂജാരിമാർക്കു താമസിക്കുന്നതിനുള്ള മന്ദിരം. അതിനപ്പുറം ഭൂമി ചെരിഞ്ഞ് താഴെ നദിയിലേക്കിറങ്ങുന്നു. അതിനുമപ്പുറം ചൗകമ്പ, നീലകണ്ഠ്, കേദാർ മലനിരകൾ ക്ഷേത്രപാലകരെ പോലെ ചുറ്റും കാവൽ നിൽക്കുന്നുണ്ട്. ക്ഷേത്രത്തിലേക്കുള്ള വഴി കല്ലു കെട്ടി ഉയർത്തിയിട്ടുണ്ട്. ഇരുവശത്തുമായി ഏതാനും ഗ്രാമീ ണമന്ദിരങ്ങൾ അതിഥിമന്ദിരങ്ങളുടെ ജോലി ചെയ്യുന്നു. ഞങ്ങൾ രണ്ടു പേർക്കായി കിട്ടിയ ബാത്ത് അറ്റാച്ച്ഡ് മുറിക്ക് 300 രൂപയാ യിരുന്നു വാടക. എത്തിപ്പെടാനുള്ള പ്രയാസം കാരണമാകാം വിരലിലെണ്ണാവുന്ന സന്ദർശകരേ സാധാരണയായി എത്താറുള്ളൂ. അന്ന് ഞങ്ങളെ കൂടാതെ വേറെ മൂന്നു പേർ മാത്രം.

ക്ഷേത്രത്തിന് വലതുവശത്ത് കോട്ട പോലെ നിൽക്കുന്ന കൂറ്റൻ മലമുകളിൽ വൃദ്ധ മദ്മഹേശ്വർ എന്ന പേരുള്ള ചെറുക്ഷേ ത്രമുണ്ട്. തെളിനീർ തടാകത്തിന്റെ കരയിൽ മേഘങ്ങളുടെ തലോ ടലേറ്റുവാങ്ങി ഏകാന്തമായി സ്ഥിതി ചെയ്യുന്ന ക്ഷേത്രം സന്ദർശി ക്കാൻ മല കയറാനൊരുങ്ങിയ ഞങ്ങളെ ക്ഷേത്ര ജീവനക്കാരിൽ ഒരാൾ ദൂരെ മലമുകളിൽ രൂപം കൊണ്ട കാർമേഘങ്ങളെ ചൂണ്ടി ക്കാട്ടി തടഞ്ഞു. കാറ്റും മഴയുമുണ്ടാകാൻ സാധ്യതയുണ്ടത്രേ. അങ്ങനെയെങ്കിൽ വൈകുന്നേരമുള്ള മലകയറ്റം അത്യന്തം അപ

കടകരമാണ്. രാവിലെ പോകുന്നതാണ് ഉചിതമെന്നും ഉപദേശിച്ചു. ഹിമാലയപ്രകൃതിയുടെ അപ്രവചനീയ സ്വഭാവം കണക്കിലെടുത്ത് ഞങ്ങൾ ആ ഉപദേശം ശിരസാവഹിച്ചു. അതിരാവിലെ മടങ്ങാൻ ഉദ്ദേശിച്ചിട്ടുള്ളതിനാൽ ഇത്തവണ മലകയറ്റം നടക്കില്ല എന്നുറപ്പായിരുന്നു. പിന്നീട് ഉണ്ണികൃഷ്ണവാര്യർ സാറിൽ നിന്നു വൃദ്ധ മദ്മഹേശ്വറിലെ ചില ചിത്രങ്ങൾ കണ്ടപ്പോഴാണ് എത്ര മനോഹരമായ കാഴ്ചകളാണ് തിടുക്കം മൂലം ഞങ്ങൾ നഷ്ടപ്പെടുത്തിയതെന്നു ബോധ്യപ്പെട്ടത്. പ്രകൃതിയെ അറിഞ്ഞ് ആസ്വദിച്ച് സാവകാശം നടത്തേണ്ട യാത്രയെ ഞാൻ അവധിയുടെ പരിമിതി പറഞ്ഞ് മാരത്തോൻ ഓട്ടം പോലെയാക്കിയത് എന്തൊരു കഷ്ടമായി, വല്ലാത്ത നഷ്ടവും!

ദീപാരാധനയ്ക്കായി നട തുറക്കുന്നതു വരെ അവിടെയൊക്കെ ചുറ്റി നടന്നു. പച്ചപ്പട്ടു പരവതാനി വിരിച്ചതു പോലുള്ള മലഞ്ചെരിവുകളിൽ മനോഹരമായ തുന്നലുകൾ പോലെ പുഞ്ചിരി പൊഴിച്ചു നിൽക്കുന്ന പല വർണങ്ങളിലുള്ള ചെറുപുഷ്പങ്ങൾ. ഒറ്റയ്ക്കു നിൽക്കുന്ന കൂറ്റൻ ആൽമരം. മലമടക്കുകളിൽ മേഞ്ഞു നടക്കുന്ന ഒരു കൂട്ടം ചെമ്മരിയാടുകൾ. കൊത്തിപ്പെറുക്കി നടക്കുന്ന ഏതാനും പുള്ളിപ്രാവുകൾ. രണ്ടു കൂറ്റൻ എരുമകളെ തെളിച്ച് മലയിറങ്ങി വരുന്ന രണ്ടു യുവതികൾ. തെളിഞ്ഞ നീലാകാശത്ത് തത്തിക്കളിക്കുന്ന ഏതാനും മേഘത്തുണ്ടുകൾ. എത്ര ശാന്തവും സ്വച്ഛവും സുന്ദരവുമായ ഇടം!

പഞ്ചകേദാരങ്ങളിൽ ചിട്ടകൾ ഏറ്റവും കൃത്യമായി പാലിക്കുന്നവ മദ്മഹേശ്വറും പിന്നെ രുദ്രനാഥും ആണ്. വിഗ്രഹത്തിനടുത്തേക്ക് ഭക്തർക്ക് പ്രവേശനമില്ല. നാഭീ രൂപത്തിലുള്ള പ്രതിഷ്ഠ വെള്ളി കൊണ്ടുള്ള ചാർത്തും കിരീടവും കൊണ്ട് മറഞ്ഞിരിക്കുന്നു. സൂര്യൻ മറഞ്ഞു കഴിഞ്ഞപ്പോൽ തന്നെ തണുപ്പ് പിടിമുറുക്കിത്തുടങ്ങി. മഹേശ്വരനെ ആവോളം തൊഴുത് പരികർമി വിളക്കുകൾ ഒരുക്കുന്നത് ശ്രദ്ധിച്ച് ക്ഷേത്രത്തിനുള്ളിൽ തന്നെ നിന്നു. കർണാടകയിലെ മൈസൂരിൽ നിന്നുള്ള ലിംഗായത്ത് വിഭാഗത്തിൽ നിന്നുള്ളവർക്കാണ് ഇവിടെ പൂജ ചെയ്യാനുള്ള അവകാശം. നിലവിലുള്ള പൂജാരിയെ ആയിരുന്നു വരുന്ന വഴിക്കു ഞങ്ങൾ കണ്ടത്. പൂജാദ്രവ്യങ്ങൾ വിൽക്കുന്നവരെ സഹായിക്കാൻ വേണ്ടിയെങ്കിലും ഞങ്ങൾ ഓരോ തട്ടം വാങ്ങി സമർപ്പിക്കണം

എന്നദ്ദേഹം നിർദ്ദേശിച്ചു. കേദാർ, ബദ്രിനാഥുകളെ അപേക്ഷിച്ച് ഇവിടെ എത്തുന്ന ഭക്തരുടെ എണ്ണം തുലോം വിരളമാണ്.

ഭക്തരുടെ എണ്ണം കുറവാണെങ്കിലും ദീപാരാധനയുടെ ദൈർഘ്യത്തിനോ ഗൗരവത്തിനോ ഭംഗിക്കോ അതു പകർന്നു തന്ന ആനന്ദത്തിനോ യാതൊരു കുറവുമുണ്ടായിരുന്നില്ല. തഴക്കം വന്ന ഒരു നർത്തകനെ പോലെ പൂജാരി ദീപാരാധന നടത്തുന്നത് വിസ്മയത്തോടെ കണ്ട് മഹേശനെ തൊഴുതു നിന്നപ്പോൾ തണുപ്പ് അറിഞ്ഞതേയില്ല. പുറത്തെ ഉപദേവതാ ക്ഷേത്രങ്ങളിലെയും പൂജ കഴിഞ്ഞ് നടയടക്കുന്നത് വരെ ഭക്തിസാന്ദ്രമായ ആ അന്തരീക്ഷത്തിൽ ചെലവഴിക്കാൻ കഴിഞ്ഞത് അതീവ പുണ്യം തന്നെ!

താമസസ്ഥലത്തേക്ക് എത്തിയപ്പോൾ അത്താഴം തയ്യാറാകുന്നു. തണുപ്പിൽ നിന്നു രക്ഷ നേടാൻ അടുപ്പിനു ചുറ്റും കൂടി. തന്തൂർ റൊട്ടിയും ഉരുളക്കിഴങ്ങു കറിയും ദാൽ ഫ്രൈയുമാണ് വിഭവങ്ങൾ. കൂടെ കട്ടൻ ചായയും. ഭക്ഷണം കഴിഞ്ഞ് കൈകഴുകി ആകാശത്തേക്കു നോക്കുമ്പോൾ വാനം തിങ്ങിനിറഞ്ഞ് നക്ഷത്രങ്ങൾ! ഹിമാലയസാനുക്കളിൽ ഒരുമിച്ച് ഇത്രയേറെ നക്ഷത്രങ്ങളെ ആദ്യമായി കാണുകയായിരുന്നു.

19.9.18
തുംഗനാഥ്

പഞ്ചകേദാരങ്ങളിൽ ഏറ്റവും ഉയരത്തിൽ സ്ഥിതി ചെയ്യുന്നത് തുംഗനാഥ് ആണ്. പേരു പോലെ തന്നെ ചന്ദ്രശിലയുടെ പാർശ്വത്തിൽ വിശാലമായ താഴ്വരയിലേക്കു ദൃഷ്ടി പായിച്ച് പ്രപഞ്ചനാഥനായ മഹേശ്വരൻ അനുഗ്രഹം ചൊരിഞ്ഞു വസിക്കുന്നു.

ചോപ്തയിൽ നിന്ന് മൂന്നര കിലോമീറ്റർ കയറ്റമാണ് ക്ഷേത്രത്തിലേക്ക്. ഞങ്ങൾ മദ് മഹേശ്വരന്റെ തിരുനടയിലാണ്. എന്നത്തെയും പോലെ നേരത്തെ ഉണർന്ന് ഞെക്കു വിളക്കിന്റെ പ്രകാശത്തിൽ തയ്യാറായി. ജഗ്ഗിലെ അവശേഷിച്ച തണുത്ത വെള്ളവും കുടിച്ച് ചേട്ടനെ വിളിച്ചുണർത്തി മുറിക്ക് പുറത്തിറങ്ങുമ്പോൾ ക്ഷേത്രഗോപുരത്തിനു മുകളിൽ നേരിയ പ്രകാശം മാത്രം. വാനം നിറയെ മണൽ വാരി വിതറിയ പോലെ തിങ്ങിനിറഞ്ഞ പല വലുപ്പവും പ്രകാശവുമുള്ള അനന്ത കോടി നക്ഷത്രങ്ങൾ. അവയുടെ പ്രഭാപൂരത്തിൽ കുന്നിൻ മുകളിലേക്കു നീണ്ട് കാട്ടിനുള്ളിലേക്കു മറയുന്ന വഴി ഞങ്ങളെ മടക്കിക്കൊണ്ടു പോകുവാൻ അക്ഷമനായി കാത്തു കിടക്കുകയാണ്.

മതിയായിട്ടല്ല, താണ്ടാൻ മുൻ നിശ്ചയിക്കപ്പെട്ട പാതകൾ ഇനിയുമേറെ അവശേഷിക്കുന്നതിനാൽ ഇപ്പോൾ തന്നെ പോയേ മതിയാകൂ. അടഞ്ഞ വാതിലിനപ്പുറം ചൈതന്യസ്വരൂപനായി വർത്തിക്കുന്ന മദ് മഹേശ്വരനെ മനക്കണ്ണിൽ കണ്ട് വീണ്ടും വീണ്ടും വണങ്ങി യാത്ര പറയുമ്പോൾ അഞ്ചു മണി ആയിട്ടുണ്ടായിരുന്നില്ല.

തലേന്നത്തെ കയറ്റങ്ങളൊക്കെ ഇപ്പോൾ ഇറക്കങ്ങളാണ്. ഇറക്കങ്ങൾ കയറ്റങ്ങളും. വഴിയരികിലെ വീട്ടിൽ അപ്പൂപ്പനും അമ്മൂമ്മയും ഉണർന്ന് പശുക്കളെ കറന്ന് അവയെ തൊഴുത്തിൽ നിന്ന്

പുറത്തിറക്കി മേയാൻ വിട്ടിരുന്നു. രാത്രിയിലെ മഞ്ഞിൽ തുടുത്ത് കഞ്ചാവ് ചെടി. ഒരു പട്ടിക്കുട്ടൻ സൗഹൃദം പുതുക്കി കുറേ ദൂരം കൂടെ കൂടി.

തലേ ദിവസം കണ്ട കാഴ്ചകൾ പ്രഭാത സൂര്യന്റെ നനുത്ത കിരണങ്ങളിൽ പൊലിപ്പിച്ചെടുത്ത് വീണ്ടും കണ്ടാനന്ദിച്ചു. പല വർണ്ണങ്ങളിലും വലുപ്പത്തിലുമുള്ള കിളികൾ ശബ്ദം കൊണ്ടും സാന്നിധ്യം കൊണ്ടും വഴിയുടെ കാഠിന്യം കുറച്ചു തന്നു. പത്തരയോടെ റാൻസിയിലെത്തുമ്പോൾ മദ് മഹേശ്വറിലേക്കു നടക്കാൻ ഒരുങ്ങി നിൽക്കുന്ന സഞ്ജയും ഫെയ്നിയെയും കണ്ടു. തുംഗനാഥിലേക്കുള്ള വഴി മണ്ണിടിച്ചിൽ മൂലം അടച്ചിരിക്കുകയാണത്രെ! മഹാദേവന്റെ ചെറിയ ചില പരീക്ഷണങ്ങൾ! ഞങ്ങൾക്കായി നീണ്ടു വളഞ്ഞതെങ്കിലും മനോഹരമായ മറ്റൊരു വഴിയാണ് ദേവദേവൻ കാത്തു വച്ചിരിക്കുന്നത്. ഉഖീമഠിൽ ചെന്ന് വലത്തോട്ടു തിരിഞ്ഞ് വീണ്ടും കുണ്ഡിലെത്തി രുദ്രപ്രയാഗിലേക്കുള്ള റോഡിലൂടെ ഭിരിയിലെത്തി ഇടത്തോട്ടു തിരിഞ്ഞ് കുന്നു കയറി മക്കുമഠ് വഴി ചോപ്തയിലേക്കുള്ള, കുറച്ചു പ്രയാസമുളവാക്കുന്നതെങ്കിലും ഇടയ്ക്ക് ഒന്നു രണ്ടു ചെറു ഗ്രാമങ്ങൾ കടന്നു പോകുന്ന മനോഹരമായ കാനന പാത. തുംഗനാഥന്റെ മഞ്ഞുകാല വാസസ്ഥാനം കൂടിയാണ് മക്കുമഠ്. ഭിരിയിൽ നിന്നു ചോപ്തയിലേക്ക് 44 കിലോമീറ്ററാണെന്നു കണ്ടു. ഭിരിക്കു സമീപമുള്ള ഒരു കടയിൽ നിന്ന് ചോറും തൈരും ഓംലറ്റും അടങ്ങിയ ഉച്ചഭക്ഷണം കഴിച്ചിരുന്നു.

കുന്നിൻ മുകളിലേക്ക് കയറിയും താഴ്വരകളിലേക്ക് ഊളിയിട്ടും മനോഹര സ്ഥലികൾ കണ്ട്, കാടുകളും ഗ്രാമങ്ങളും കണ്ട് ഞങ്ങൾ പതുക്കെ വണ്ടിയോടിച്ചു. ഇടയ്ക്ക് ഒരു വെള്ളച്ചാട്ടത്തിലെ പളുങ്ക് പോലുള്ള വെള്ളത്തിൽ ക്ഷീണം ഒഴുക്കിക്കളഞ്ഞു. ക്യാമ്പിങ്ങിനും ട്രക്കിങ്ങിനും അഡ്വഞ്ചർ ടൂറിസത്തിനും പേരുകേട്ട അതിമനോഹരമായ ഹിൽ സ്റ്റേഷനാണ് ചോപ്ത. അതു കൊണ്ടു തന്നെ തീർത്ഥാടകരെക്കാൾ കൂടുതൽ ടൂറിസ്റ്റുകൾ എത്തുന്ന ഇടമാണ് തുംഗനാഥ്. നന്നായി തിളപ്പിച്ച, നല്ല കടുപ്പമുള്ള, മധുരം കുറച്ച ഓരോ ചായ കുടിച്ച് ഉന്മേഷം കൂട്ടി ബാഗുകൾ ഒരു കടയിൽ സൂക്ഷിക്കാനേൽപ്പിച്ച് ക്യാമറാ ബാഗുമെടുത്ത് തുംഗനാഥന്റെ സവിധത്തിലേക്കുള്ള നടപ്പാതയിലേക്ക് കയറിയപ്പോൾ തന്നെ നമ്മുടെ മലയാളി സുഹൃത്തുക്കളെ വീണ്ടും കണ്ടു.

ഉണ്ണിക്കൃഷ്ണവാര്യർ, പ്രേംകുമാർ, അജിത്, മിശിഹദാസ്, റോയി. അവർ ദർശനം കഴിഞ്ഞു മലയിറങ്ങുന്ന വഴിയാണ്. ഇത്തവണത്തെ യാത്രാ ലക്ഷ്യം പൂർത്തിയാക്കി അവർ പിറ്റേന്ന് ദില്ലിക്കു മടങ്ങും. സൗഹൃദം പുതുക്കിയുറപ്പിച്ച്, ഫോൺ നമ്പറുകൾ കൈമാറി അവർ സമീപത്തെ ധാബയിലേക്കും ഞങ്ങൾ മുകളിലേക്കുമായി പിരിഞ്ഞു.

തുടക്കത്തിലെ മൺപാത കഴിഞ്ഞ് ശരിക്കുള്ള കയറ്റം തുടങ്ങിയാൽ കല്ലുകൾ പാകി ബലവത്താക്കിയ വഴിയാണ്. തെളിഞ്ഞ ആകാശം, അതിമനോഹരിയായ ഭൂമി. തുംഗനാഥിലെ പ്രകൃതിയുടെ ഭംഗി വർണിക്കാൻ ഏറ്റവും കുറഞ്ഞത് കാളിദാസനോളമെങ്കിലും വാക്ചാതുരി ഉണ്ടാകണം. ക്യാമറകൾക്കു കോരിയെടുക്കാനാകാത്ത ആ പ്രകൃതി ഭംഗി കണ്ണിലും മനസ്സിലും നിറച്ച് പതുക്കെ നടന്ന് തുംഗനാഥന്റെ നടയിലെത്തുമ്പോൾ വൈകുന്നേരം അഞ്ചു മണി ആയിട്ടുണ്ടാകണം. പൂജാ സമയമല്ലെങ്കിലും ഭക്തർക്കു മുന്നിൽ ഭഗവാന്റെ നട തുറന്നു. ഗുപ്ത കാശിയിൽ നിന്നു നന്ദി രൂപത്തിൽ മറഞ്ഞ മഹേശ്വരന്റെ നെഞ്ചും ഭുജങ്ങളുമാണ് തുംഗനാഥിൽ പ്രത്യക്ഷപ്പെട്ടത്. പാണ്ഡവർ നിർമിച്ച ക്ഷേത്രം കാലപ്പഴക്കത്തിലും അശ്രദ്ധയിലും ജീർണിച്ചപ്പോൾ പുനർനിർമിക്കാൻ കേരളത്തിൽ നിന്ന് ശങ്കരൻ വരേണ്ടി വന്നു! അതിനാൽ ഭഗവാനു പിന്നിൽ ശങ്കരനെയും കുടിയിരുത്തിയിട്ടുണ്ട് തുംഗനാഥിൽ. ക്ഷേത്ര മാതൃക കേദാർ നാഥിലേതു തന്നെ. പൂജാരി മക്കുമഠിൽ നിന്നാണ്. ശ്രീകോവിൽ നിറഞ്ഞു പുറത്തേക്ക് ഭക്തന്റെ ഉള്ളിലേക്ക് ഒഴുകി നിറയുന്ന ചൈതന്യത്തിൽ ലയിച്ച് പടികളിൽ തല മുട്ടിച്ച് വണങ്ങി. പുറത്തിങ്ങി വലം വച്ച് തൊഴുത് ഞാൻ ചന്ദ്രശിലയിലേക്ക് കയറി. ചേട്ടൻ, ഞാൻ മടങ്ങി എത്തുന്നത് വരെ, മഹേശ്വരസന്നിധിയിൽ ചെലവഴിക്കാൻ തീരുമാനിച്ചു.

സൂര്യൻ പടിഞ്ഞാറേക്ക് ചാഞ്ഞു തുടങ്ങിയിരുന്നു. കയറിയെത്തുന്നത് ഗംഗാമാതാവിന്റെ ഒറ്റ മുറി ക്ഷേത്രത്തിനു മുന്നിൽ. സ്ഥിരം പൂജാരി ഇല്ലെന്നു തോന്നുന്നു. ഭക്തൻ തന്നെ പൂജാരിയുമാകുന്ന അദ്വൈതാവസ്ഥ!

ചന്ദ്രശിലയിൽ നടുനിവർത്തി കിടന്നു. കിഴക്കേ ആകാശത്തിന്റെ കടും നീലയിൽ പകലോന്റെ പ്രഭയിൽ ഭ്രമിച്ച് വിളറിയ അമ്പിളിക്കല. ഗംഗാമാതാ ക്ഷേത്രത്തിനു കുറച്ചു കൂടി പിന്നി

ലായി കരിങ്കൽ മണ്ഡപത്തിൽ മറയേതുമില്ലാതെ ഒരു വിഗ്രഹം. നെറ്റിയിൽ സിന്ദൂരം ചൂടി നിൽക്കുന്ന മുഖങ്ങൾ ശ്രീബുദ്ധനെ ഓർമിപ്പിച്ചു. സമീപത്തെ കടും ചുവപ്പുനിറമായ കൊടി കാറ്റിനോട് ശബ്ദമുയർത്തി കലഹിക്കുന്നു. കണ്ണെത്താ ദൂരത്തിനപ്പുറം ചക്രവാളസീമയിലേക്ക് കയറിയിറങ്ങി പോകുന്ന മലമടക്കുകളെ അസ്തമയ സൂര്യൻ പലതരം ചായങ്ങൾ പൂശി മിനുക്കുന്നു. ഒപ്പം ആകാശത്തും അലക്ഷ്യമായ ബ്രഷ് സ്ട്രോക്കുകളാൽ വർണ വിസ്മയം തീർക്കുന്നുണ്ട്.

ചന്ദ്രശില. ഹാ! എത്ര കുളിർമയുള്ള പേര്. പേരുപോലെ അന്തരീക്ഷവും. മല കയറി വന്നതിന്റെ പ്രയാസങ്ങൾ ഒരു നിമിഷം മറന്നു പോകും, മുകളിലെത്തിയാൽ. തുംഗനാഥനു പിന്നിൽ കാവലായി ഉയർന്നു നിൽക്കുന്ന ചന്ദ്രശിലയിലേക്ക് വിശ്വനാഥന്റെ നടയിൽ നിന്ന് ഒരു കിലോമീറ്ററെ ഉള്ളുവെങ്കിലും, പ്രയാസപ്പെട്ടു കയറാൻ ഒരു മണിക്കൂറെടുക്കും. തിരിച്ച് ക്ഷേത്രനടയിലെത്തുമ്പോൾ ചേട്ടൻ മടങ്ങാൻ തയ്യാറെടുക്കുന്നു. നല്ല തണുപ്പുണ്ട്. ക്ഷേത്രത്തിനു സമീപം ധാരാളം വിശ്രമകേന്ദ്രങ്ങൾ. കുറഞ്ഞ വാടകയേയുള്ളൂ. പ്രലോഭനങ്ങൾക്ക് പിടികൊടുക്കാതെ അമ്പിളിച്ചൂട്ടും കത്തിച്ച് ഞങ്ങൾ താഴേക്കിറങ്ങി. കൽപ്പാത അവസാനിക്കുന്നതിനടുത്തുള്ള ഹോം സ്റ്റേയിൽ കിടക്കാൻ മുറിയും വിശപ്പിന് ചപ്പാത്തിയും സബ്ജിയും ഏർപ്പാടാക്കി. ചേട്ടൻ പതിവുപോലെ നൂഡിൽസിനെ അഭയം പ്രാപിച്ചു. മുറിയിൽ ഈർപ്പം തളം കെട്ടി നിന്നു. കറണ്ടില്ല, മൊബൈൽ ചാർജിംഗ് സൗകര്യമുള്ള സോളാർ വിളക്ക് മാത്രമാണ് ആശ്രയം. ബാത്ത് അറ്റാച്ച്ഡ് മുറിക്ക് വാടക 300 രൂപ മാത്രം.

യാത്ര ആനന്ദമാകുമ്പോൾ കിടക്കാനുള്ള പരിമിത സൗകര്യങ്ങൾ പോലും അനുഗ്രഹമാകും. സൂക്ഷ്മത്തിൽ സൂക്ഷ്മവും ബൃഹത്തിൽ ബൃഹത്തുമായ പരബ്രഹ്മത്തിന്റെ ഇന്ദ്രിയ സങ്കല്പരൂപമായ പരമേശ്വരന്റെ സാന്നിദ്ധ്യം പുറമേ അന്വേഷിച്ചു നടക്കുന്നതിനെ സത്യാർത്ഥികളായ മഹാ ഋഷികൾ തന്നെ പരിഹസിച്ചിട്ടുണ്ട്. പക്ഷേ, വിശാലമായ കൊടുമുടികളിലേക്കു ക്ഷണിച്ച് ഹിമവാൻ നിൽക്കുമ്പോൾ, ഒരിക്കലെങ്കിലും ആ ആതിഥ്യ സുഖമറിഞ്ഞവർക്ക് വീണ്ടും ചെല്ലാതിരിക്കാനാവില്ലല്ലോ!

20.9.18
രുദ്രനാഥിലേക്ക്

പുതിയതായി പണിഞ്ഞ മുറിയിൽ ഈർപ്പം തളം കെട്ടി നിന്നതിനാൽ ഇടമുറിഞ്ഞ ഉറക്കമായിരുന്നു. എങ്കിലും ശീലം കൊണ്ടാകണം, 5 മണിക്ക് മുന്നേ ഉണർന്നു. അഞ്ചരയോടെ ജ്യോതിച്ചേട്ടനെ വിളിച്ചുണർത്തി, അഞ്ചേമുക്കാലോടെ താഴെ ചോപ്തയിലേക്കു തിരിച്ചു. ഉദ്ദേശം അര കിലോമീറ്ററേയുള്ളൂ ഞങ്ങൾ രാത്രി കഴിച്ചു കൂട്ടിയ സ്ഥലത്തുനിന്ന് അവിടേക്ക്. ആറു മണിക്ക് മുൻപ് താഴെയെത്തി. എംജി യൂണിവേഴ്സിറ്റിയിലും കേരള ശാസ്ത്ര സാങ്കേതിക സർവകലാശാലയിലും ജീവനക്കാരായ ഹിമാലയ പ്രണയികളെ വീണ്ടും കണ്ടു. അവർ ഇന്ന് മലയിറങ്ങുകയാണ്, വീണ്ടും വീണ്ടും വരാനായി. ഞങ്ങളുടെ തിടുക്കം കാരണം അധിക സമയം ഒരുമിച്ചു ചെലവഴിക്കാനായില്ല. കുശല പ്രശ്നങ്ങൾ കഴിഞ്ഞ് തിടുക്കത്തിൽ ഒന്നുരണ്ടു ഫോട്ടോയുമെടുത്തു പിരിഞ്ഞു. ‘താണ്ടാൻ ഇനിയുമേറെ ദൂരം; സമായമാണെങ്കിലോ പരിമിതവും.’

തലേദിവസം സൂക്ഷിക്കാനേൽപ്പിച്ച ബാഗുകൾ വാടക നൽകി കൈപ്പറ്റി ബൈക്കിൽ സുരക്ഷിതമായി കെട്ടി ഓരോ ചായയും കുടിച്ച്, ടോർച്ചിന് ബാറ്ററിയും ഞങ്ങൾക്ക് ബിസ്കറ്റും വാങ്ങി അടുത്ത ലക്ഷ്യത്തിലേക്കുള്ള പ്രയാണം ആരംഭിച്ചു. സമയം 6.30. ഇതിനിടയ്ക്ക് ഞങ്ങളെപ്പോലെ ബൈക്കുമായി ഹിമാലയയാത്രയ്ക്കെത്തിയ ഒരു കൂട്ടം മലയാളി ചെറുപ്പക്കാരെ കണ്ടെങ്കിലും തിടുക്കം കാരണം വിശദമായി പരിചയപ്പെടാൻ കഴിഞ്ഞില്ല.

പഞ്ചകേദാറുകളിൽ ഏറ്റവും ദൂരം നടക്കേണ്ടതും എത്തിപ്പെടാൻ പ്രയാസമേറിയതുമായ രുദ്രനാഥിലേക്കാണ് യാത്ര. ചോപ്ത

യിൽ നിന്ന് 31 കിലോമീറ്റർ അകലെയുള്ള സഗർ ഗ്രാമത്തിൽ നിന്നാണ് ട്രെക്കിംഗ് ആരംഭിക്കേണ്ടത്. അതിനും അഞ്ചു കിലോ മീറ്റർ മുമ്പുള്ള മണ്ഡൽ എന്ന ഗ്രാമത്തിൽനിന്നു രുദ്രനാഥിലേക്ക് പോകാനാവും. അനസൂയാദേവി ക്ഷേത്രം വഴി പോകുന്ന ആ വഴി യായിരുന്നു താത്പര്യമെങ്കിലും വഴികാട്ടിയുടെ സഹായമുണ്ടെ ങ്കിലേ അതുവഴി പോകാനാകൂ എന്ന ചോപ്തയിൽ നിന്നറിഞ്ഞു. അതോടെ ട്രെക്കിംഗിന്റെ തുടക്കം സഗർ മതിയെന്ന് തീരുമാനി ക്കുകയായിരുന്നു.

ചോപ്തയിൽ നിന്ന് റോഡ് വീണ്ടും മലമുകളിലേക്ക് പതുക്കെ വളഞ്ഞു കയറി. സൂര്യനുദിച്ചെങ്കിലും ഭൂമിയുടെ ആലസ്യം വിട്ടു മാറിയിട്ടില്ല. വശ്യയായ ഭൂമി. ലോകത്തിന്റെ നെറുകയിൽ കൂടി സഞ്ചരിക്കുന്ന പ്രതീതി. ഉദ്ദേശം നാലു കിലോമീറ്റർ പിന്നിട്ടപ്പോൾ റോഡരികിൽ ഒരു കൂട്ടം ഹിമാലയൻ വരയാടുകൾ. സ്വച്ഛമായി വിശ്രമിക്കുകയായിരുന്ന അവ ബൈക്കിന്റെ ശബ്ദം കേട്ട് മലഞ്ചെ രുവിലേക്ക് ഓടി മാറി. എങ്കിലും ദൂരേക്ക് പോയില്ല. മലകളിൽ നിരന്തരം വേട്ടയാടപ്പെടുന്ന അവ റോഡരികിൽ സുരക്ഷിതത്വം അനുഭവിക്കുന്നുണ്ടാകണം. ഇനി റോഡ് താഴേക്കിറങ്ങുകയായി. പുൽമേടുകളും ചെറുകാടുകളും പിന്നിട്ട്, ഇടതൂർന്ന നിത്യ ഹരിത വനത്തിലൂടെയായി യാത്ര. രാത്രി പെയ്ത മഴയുടെ ഈർപ്പത്തിൽ കുളിരണിഞ്ഞു നിൽക്കുന്ന കാട്. കിളികളുടെ ആനന്ദ കൂജനങ്ങൾ. കണ്ണിന് ആനന്ദമായി ചൂളക്കാക്കകൾ, വിവിധയിനം കുരുവികൾ, വാലാട്ടിക്കിളികൾ. താഴേക്കിറങ്ങുന്തോറും റോഡ് മോശമായിക്കൊ ണ്ടിരുന്നു. തുടർച്ചയായ മഴയിലും മലയിടിച്ചിലിലും പെട്ട് മിക്കയി ടത്തും തകർന്നിട്ടുണ്ട്. കൂടാതെ മലകളിൽ നിന്നു പുറപ്പെട്ടു റോഡ് മുറിച്ചു കടന്നു പോകുന്ന അസംഖ്യം അരുവികളും. റോഡിൽ മറ്റു വാഹനങ്ങൾ ഇല്ലായിരുന്നു എന്നു തന്നെ പറയാം.

26 കിലോമീറ്റർ താണ്ടി ഞങ്ങൾ മണ്ഡലിൽ എത്തുമ്പോൾ ഏഴര കഴിഞ്ഞിരുന്നു. വിശപ്പായി. വഴിയരികിൽ കണ്ട ഒരു ഹോട്ട ലിൽ കയറി ബ്രെഡ് ഓംലെറ്റും ചായയും ഓർഡർ ചെയ്തു. യാത്രയുടെ തിടുക്കം കാരണം ഭക്ഷണം പെട്ടെന്ന് വേണമെന്ന് ജ്യോതിച്ചേട്ടൻ ആവശ്യപ്പെട്ടു. ചുമതലക്കാരനായ ചെറുപ്പക്കാരൻ എടുത്തടിച്ചപോലെ പറ്റില്ല എന്ന് പറഞ്ഞു. ഒപ്പം, അത്യാവശ്യക്കാ ർക്ക് ഭക്ഷണമില്ലെന്നു പറയണമെന്ന് തന്റെ അച്ഛൻ തന്നെ ഉപദേ

ശിച്ചിട്ടുണ്ട് എന്നു കൂട്ടിച്ചേർക്കുകയും ചെയ്തു. സാധാരണയായി പെട്ടെന്ന് ക്ഷുഭിതനാകുന്ന ചേട്ടൻ സൗമ്യനായി അവനോട് പറഞ്ഞു, 'മോനേ, ഞങ്ങൾ കേരളത്തിൽ നിന്ന് വരുന്നവരാണ്. ഇന്ന് തന്നെ രുദ്രനാഥിലേക്ക് പോകേണ്ടതാണ്. ഇപ്പോൾ തന്നെ വൈകിയത് കൊണ്ടാണ് പെട്ടെന്ന് ആഹാരം വേണമെന്ന് പറഞ്ഞത്.'

മോനേ എന്നുള്ള വിളി കേട്ടതോടെ വെയിലിൽ വെണ്ണപോലെ ചെറുപ്പക്കാരന്റെ കോപം ഉരുകിപ്പോയി. പിന്നെ എല്ലാം മിന്നൽ വേഗത്തിലായിരുന്നു. ആദ്യമിട്ട ചായ കൊള്ളില്ലെന്നു സ്വയം തോന്നി വീണ്ടും നല്ല ചായ ഉണ്ടാക്കിത്തരിക വരെ ചെയ്തു. സ്നേഹം കൊണ്ടു കീഴടക്കാൻ കഴിയാത്ത പ്രശ്നങ്ങളില്ലെന്നാണല്ലോ!

പ്രത്യേകതകളൊന്നുമില്ലാതെ മലഞ്ചെരുവിൽ പൊത്തിപ്പിടിച്ചിരിക്കുന്ന ഒരു ചെറിയ ഗ്രാമമാണ് സഗർ. അവിടെ നിന്നാണ് രുദ്രനാഥിലേക്ക് കാൽനട യാത്ര ആരംഭിക്കേണ്ടത്. പക്ഷേ, വഴിയിലോ സമീപത്തോ ഒരു അടയാള ബോർഡ് പോലും സ്ഥാപിച്ചിട്ടില്ല. വഴിയോരത്തെ ഭേദപ്പെട്ട ഒരു ഹോട്ടലിന്റെ പാർക്കിങ് സ്ഥലത്ത് ബുള്ളറ്റ് പാർക്ക് ചെയ്ത് അതിൽ ബന്ധിച്ചിരുന്ന തുണികൾ അടങ്ങിയ ബാഗുകൾ അതേ നിലയിൽ വിട്ട് ഹെൽമറ്റുകൾ കടയിൽ സൂക്ഷിക്കാനേൽപ്പിച്ച ശേഷം, ഇട്ടിരുന്ന വസ്ത്രങ്ങളും ക്യാമറാ ബാഗും മാത്രമായി ഞങ്ങൾ രുദ്രനാഥിലേക്ക് തിരിച്ചു. ബാഗ് ബൈക്കിൽ നിന്നഴിച്ചു ഹോട്ടലിൽ ഏല്പിക്കാതെ പോയത് വലിയ മണ്ടത്തരമാകുമോയെന്നു സംശയിച്ചായിരുന്നു ഞങ്ങളുടെ യാത്ര.

തുംഗനാഥിൽ സംസാരിച്ചവരെല്ലാം സഗറിൽ നിന്ന് രുദ്രനാഥിലേക്ക് യാത്രയ്ക്ക് കുതിരയെ കിട്ടുമെന്ന് ഉറപ്പിച്ചു പറഞ്ഞത് കേട്ട ആത്മവിശ്വാസത്തിലാണ് റെയിൻ കോട്ട് പോലുമെടുക്കാതെ പുറപ്പെട്ടത്. കുതിരപ്പുറത്തു കയറി 18 കിലോമീറ്റർ താണ്ടി ഭഗവാനെ ദർശിച്ച് ഇന്നു തന്നെ മടങ്ങിയെത്തണം. അപ്പോൾ നാളെ 70 കിലോമീറ്റർ അകലെയുള്ള കൽപ്പേശ്വറിലേക്ക് പോയി അവിടെയും ദർശനം നടത്തി, പറ്റിയാൽ അന്ന് ജോഷിമഠിൽ തങ്ങിയ ശേഷം അടുത്ത ദിവസം രാവിലെ ബദ്രിനാഥിലേക്ക് പോകുകയും ചെയ്യാം. ഇതുവരെയുള്ള യാത്രയുടെ കാഠിന്യം നോക്കുമ്പോൾ രുദ്രനാഥ് കൂടി ദർശിച്ചു കഴിഞ്ഞാൽ ഏകദേശം ക്ഷേത്രനട വരെ

റോഡുള്ള കൽപ്പേശ്വർ ഞങ്ങൾക്ക് 'പൂ പറിക്കുന്നത് പോലെ നിസ്സാരമാണ്' എന്നെനിക്കു തോന്നി എന്നു മാത്രമല്ല അതു ഞാൻ ജ്യോതിച്ചേട്ടനോട് പറയുകയും ചെയ്തു. ചേട്ടനും അത് അംഗീകരിച്ചു. ആടറിയുമോ അങ്ങാടി വാണിഭം!

എട്ടരയോടെ ഞങ്ങൾ നടത്തം തുടങ്ങി. തുടങ്ങിയേടത്തൊന്നും ഒരു കുതിരയെയോ കുതിരക്കാരനെയോ കണ്ടില്ല. കുതിരകൾ ഗ്രാമത്തിലാകും ഉണ്ടാകുക എന്നു കരുതി ഞങ്ങൾ ഗ്രാമാതിർത്തിയിലൂടെയുള്ള വഴി ഉപേക്ഷിച്ച് ഗ്രാമത്തിനുള്ളിലേക്കു നടന്നു. പക്ഷേ, കണ്ടതെല്ലാം പശുക്കളേയും എരുമകളേയും മാത്രം. ഇതെന്താണ് കുതിരകൾ അവരുടെ സംരക്ഷകരോടൊപ്പം അപ്രത്യക്ഷരായോ? റോഡിൽ നിന്ന് രുദ്രനാഥിലേക്കുള്ള വഴിയിൽ കുന്നിൻ ചെരുവിലാണ് സഗർ ഗ്രാമം. ഉദ്ദേശം രണ്ടു കിലോമീറ്റർ ചുറ്റളവിൽ അത് പടർന്നു കിടക്കുന്നു. വീടുകൾ ഏറെയും പരമ്പരാഗത നിർമാണ രീതി പിന്തുടരുന്നവയാണ്. അപൂർവമായി ചില കോൺക്രീറ്റ് വീടുകൾ. പൂർണമായും ഒരു കാർഷിക ഗ്രാമമാണ്. കൃഷിയും കാലിവളർത്തലും പ്രധാന ജീവനോപാധി. പുരുഷന്മാർ ദൂരെ നഗരങ്ങളിൽ തൊഴിലാളികളായും സീസണിൽ ഗൈഡുകളായും മറ്റു ചിലർ കുതിരക്കാരായും ജോലിയെടുക്കുന്നു. കൃഷിയും കാലിവളർത്തലും ഏകദേശം പൂർണമായും സ്ത്രീകളുടെ ചുമതലയിലാണ്. നന്നായി പാകിയ ചെറിയ കോൺക്രീറ്റ് പാതയിലൂടെ ഞങ്ങൾ മുകളിലേക്കു കയറി. ചുറ്റും തട്ടുകളായി തിരിച്ച കൃഷിയിടങ്ങൾ. കൂവരക് പോലുള്ള ഒരു ധാന്യമാണ് കൃഷി ചെയ്തിരിക്കുന്നത്. മഞ്ഞുകാലത്ത് രുചികരമായ കറുത്ത റൊട്ടി ഉണ്ടാക്കാൻ ഇതുപയോഗിക്കുമെന്നു മടക്കയാത്രയിൽ അയൽ ഗ്രാമക്കാരനായ ആശിഷ് പറഞ്ഞു.

ഉദ്ദേശം രണ്ടു കിലോമീറ്റർ രാവിലത്തെ പൊള്ളുന്ന വെയിലും കൊണ്ട് നടന്നു ഞങ്ങൾ ഗ്രാമാതിർത്തി കടന്നു. ഇതിനിടയിൽ സന്ധിച്ച ഒരു ഗ്രാമീണനിൽ നിന്ന്, ഇനി കുതിരയെ കിട്ടാൻ സാധ്യതയില്ലെന്നു മനസ്സിലാക്കി. ഇന്നു തന്നെ തിരിച്ചിറങ്ങുക എന്ന സ്വപ്നം അതോടെ പൊലിഞ്ഞു. ഗ്രാമാതിർത്തിയിൽ ഒരു ചെറിയ കടയുണ്ട്. യാത്രയ്ക്കാവശ്യമായ ലഘു ഭക്ഷണസാധനങ്ങൾ കൂടാതെ ജ്യൂസുകളും ചായയും റൊട്ടിയും നൂഡിൽസുമെല്ലാം കിട്ടും. മണ്ഡൽ ഗ്രാമത്തിൽ നിന്നു പ്രഭാത ഭക്ഷണം കഴിച്ചിരുന്ന

തിനാൽ വിശപ്പുണ്ടായിരുന്നില്ല. വെയിലത്ത് ഒരു മണിക്കൂറോളം നടന്നതിന്റെ ക്ഷീണം തീർക്കാൻ ഓരോ ജ്യൂസ് കുടിക്കാൻ തീരുമാനിച്ചു. ഹിമാലയത്തിന്റെ താഴ്‌വാരങ്ങളിൽ സുലഭമായ ബുറാൻസ് പഴത്തിന്റെ ജ്യൂസ് അതീവ രുചികരമായിരുന്നു. രണ്ടു ഗ്ലാസ് നിറയെ കുടിച്ചു. ഇനി കുറേദൂരം യാത്ര കുറ്റിക്കാടിനുള്ളിലൂടെയാണ്. വഴിയിൽ തിരിച്ചിറങ്ങുന്ന രണ്ടു പേരെ കണ്ടു. അതിലൊരു ചെറുപ്പക്കാരന്റെ തലയിൽ വെളുത്ത തോർത്തുമുണ്ട് ചുറ്റി കെട്ടിയിട്ടുണ്ട്. മലയാളികൾ തന്നെ, സംശയമില്ല. കോഴിക്കോടുകാരൻ ശ്രീകാന്തും, മുംബൈയിൽ താമസക്കാരിയായ ആന്റി ഷീലയുമായിരുന്നു അത്. തലേദിവസം കയറിയതാണ്. ഭഗവാനെ ദർശിച്ച് വൈകുന്നേരം തന്നെ രുദ്രനാഥിൽ നിന്നു തിരിച്ചിറങ്ങിയിരിക്കുന്നു. രാത്രി വഴിയിൽ ഒരു ഹോംസ്റ്റേയിൽ തങ്ങി രാവിലെ പുറപ്പെട്ടതാണ്. യാത്ര ബുദ്ധിമുട്ടൊന്നും ഉണ്ടാക്കില്ല, സാവകാശം കയറിയാൽ മതി എന്ന അവരുടെ ഉപദേശം സ്വീകരിച്ച് ഒപ്പം നിന്ന് ഒരു ഫോട്ടോയൊക്കെ എടുത്ത ശേഷം കുതിരയെ കിട്ടാത്തതിന്റെ വിഷമം മറന്ന് ഞങ്ങൾ വീണ്ടും മല കയറാൻ തുടങ്ങി.

കുറ്റിക്കാട് കഴിഞ്ഞാൽ ഒരു ചെറിയ പുൽമേട്. പുംഗ് ബുഗ്യാൽ എന്നു പേരിട്ടു ബോർഡും വച്ചിട്ടുള്ള അവിടെ ചെറിയ രണ്ടു കടകളും ഏതാനും പേർക്ക് താമസ സൗകര്യവുമുണ്ട്. അവിടം കഴിഞ്ഞാൽ പിന്നെ ഇടതൂർന്ന നിത്യഹരിത വനം. കിളികളുടെ കളകൂജനങ്ങളും കാട്ടരുവികളുടെ കളകളാരവവും ആസ്വദിച്ച് അതീവ സൗഖ്യം അനുഭവിച്ചുള്ള യാത്ര. വഴിയും അത്ര കഠിനമല്ല. ഞങ്ങൾ ഏകദേശം ഏഴു കിലോമീറ്റർ നടന്നിട്ടുള്ളതായി ജ്യോതിച്ചേട്ടൻ സമയം നോക്കി പ്രഖ്യാപിച്ചു. ഞാൻ ആഹ്ലാദിച്ചു. അപ്പോൾ ഇനി 11 കിലോമീറ്റർ മാത്രം. സമയം പതിനൊന്നര ആയിട്ടില്ല. വൈകുന്നേരം അഞ്ചു മണിക്ക് മുമ്പായി എന്തായാലും ഞങ്ങൾ രുദ്രനാഥിൽ എത്തിച്ചേരും. കാട്ടുചോലയിലെ തെളിവെള്ളം കുടിച്ച് വർദ്ധിതവീര്യത്തോടെ ഞങ്ങൾ നടന്നു. തിങ്ങിയ മഴക്കാടുകൾ ചെറു മരങ്ങൾക്കും പുൽമേടുകൾക്കുമായി വഴിമാറി. വഴി കൂടുതൽ കുത്തനെയായി. ആത്മവിശ്വാസം തളർച്ചയ്ക്കും സംശയത്തിനും വഴിമാറി. ഇനിയുമെത്ര കയറണം? എതിരെ വന്ന ഒരു പ്രദേശവാസിയോടെ ചോദിച്ചു. അൽപ്പം ആലോചിച്ച ശേഷം അയാൾ മറുപടി പറഞ്ഞു, പതിനാല് കിലോമീറ്റർ കയ

റേണ്ടി വരും. അപ്പോൾ ഞങ്ങൾ ഇതിനകം പിന്നിട്ടു എന്നു കരുതിയ ഒൻപത് കിലോമീറ്റർ? കഴിഞ്ഞ ദിവസം വരെ ഞാനായിരുന്നു മുന്നിൽ നടന്നിരുന്നതെങ്കിൽ ഇപ്പോൾ ചേട്ടനാണ് മുന്നിൽ. ഞാൻ പലപ്പോഴും നൂറടിയോളം വരെ പിന്നിലായിപ്പോയി. ഓരോ അടിയും അതീവ ദുഷ്കരം. തലേദിവസങ്ങളിൽ മുകളിലേക്ക് പോയവർ ഇപ്പോൾ കൂടുതലായി മടങ്ങി വരുന്നുണ്ട്. പലരും കുതിരപ്പുറത്താണ്. യാത്രക്കാരില്ലാത്ത ചില കുതിരകളുടെ ഉടമസ്ഥരോടു സംസാരിച്ചെങ്കിലും അവർ യാത്രയിലാണെന്നും പിറ്റേന്നാണെങ്കിൽ വരാമെന്നും പറഞ്ഞൊഴിഞ്ഞു. ഉണ്ടായിരുന്ന കുതിരകളെല്ലാം തലേദിവസം തന്നെ യാത്രികരുമായി മുകളിലേക്ക് പോയതിനാലാണ് ഞങ്ങൾക്ക് കിട്ടാതിരുന്നതെന്ന് ഇപ്പോൾ മനസ്സിലാകുന്നു.

ശംഭോ! മഹാദേവ! എല്ലാം അവിടുത്തെ നിശ്ചയം.

കയറുന്നതനുസരിച്ച് ബാക്കി ദൂരം കൂടുന്ന പ്രതീതി. വഴിയിൽ കണ്ടു മുട്ടുന്ന ഓരോ പ്രദേശവാസിയും, അത് വഴിയോരക്കട നടത്തുന്നവരായാലും പോർട്ടർമാരായാലും, ഇനിയുമേറെ ദൂരമുണ്ടെന്നും രാത്രി 8 മണിയെങ്കിലുമാകാതെ അവിടെ എത്തില്ലെന്നും പറഞ്ഞു ഞങ്ങളിൽ നിരാശ നിറച്ചു കൊണ്ടിരുന്നു. മനസ്സും ശരീരവും ക്ഷീണിച്ചു. കാലുകളെ മുന്നോട്ട് ചലിപ്പിക്കാൻ പേശികൾ കഷ്ടപ്പെടുന്നു. അൽപ്പം വിശ്രമിക്കുക തന്നെ. ഇടയ്ക്ക് കണ്ട ചെറിയൊരു മരക്കൂട്ടത്തിന്റെ തണലിൽ ഓരോ കല്ലുകളിൽ ഇരുന്നു. ഇരിക്കുമ്പോൾ ഞാൻ അറിയാതെ 'അയ്യോ' എന്നു വിളിച്ചു.

ശാസനാപൂർവം എന്നെ നോക്കിയിട്ട് ജ്യോതിച്ചേട്ടൻ പറഞ്ഞു, 'അയ്യോ, എന്നു വിളിക്കാൻ പാടില്ല. ഒന്നുകിൽ അമ്മേ എന്നു വിളിക്കണം അല്ലെങ്കിൽ ഈശ്വരാ എന്നു വിളിക്കണം.' അയ്യ കാലന്റെ പേരാണെന്നാണ് ചേട്ടന്റെ പക്ഷം. വാദം ബാലപ്പെടുത്താനായി ചേട്ടൻ ഒരു കഥ പറഞ്ഞു. പണ്ടൊരിക്കൽ വലിയ ശിവഭക്തനായ ഒരാൾ ഇരിക്കുന്ന മരക്കൊമ്പ് മുറിക്കുന്നത് കണ്ട പാർവതി പരമേശ്വരനോട് ചോദിച്ചു, 'അങ്ങയുടെ വലിയ ഭകതനായ ഇയാൾ ചെയ്യുന്നത് കണ്ടില്ലേ? കൊമ്പിനൊപ്പം താഴെ വീണ് അയാൾക്ക് അപകടം പറ്റുമല്ലോ. അങ്ങെന്ത് കൊണ്ടാണ് ഭക്തനെ രക്ഷിക്കാത്തത്?'

അപ്പോൾ ശിവൻ മറുപടി പറഞ്ഞു, 'കൊമ്പ് മുറിഞ്ഞു താഴേക്ക്

വീഴുമ്പോൾ അയാൾ അമ്മേ എന്നാണ് വിളിക്കുന്നതെങ്കിൽ ദേവി അയാളെ രക്ഷിക്കണം, ഈശ്വരാ എന്നു വിളിച്ചാൽ ഞാൻ രക്ഷിച്ചോളാം.' പക്ഷേ, മുറിഞ്ഞു വീണ മരക്കൊമ്പിനൊപ്പം താഴേക്കു പതിച്ച അയാൾ വിളിച്ചത് 'അയ്യോ' എന്നാകയാൽ അയാളെ കാലൻ കൊണ്ട് പോകുകയാണത്രെ ഉണ്ടായത്!

ആ വിശദീകരണം എനിക്ക് വളരെ രസകരമായി തോന്നി. തമിഴ് ജനത വളരെ ബഹുമാനപൂർവം പുരുഷന്മാരെ വിളിക്കുന്നത് 'അയ്യാ' എന്നാണ്. മലയാളികൾ ശബരിമല അയ്യപ്പനെ പലപ്പോഴും പാട്ടുകളിൽ എങ്കിലും അയ്യാ, അയ്യനെ എന്നൊക്കെ സംബോധന ചെയ്യാറുണ്ട്. അങ്ങനെയുള്ള ആ വാക്ക് എന്തുകൊണ്ട് ഉച്ചരിക്കാൻ പാടില്ലാത്ത പദമായി മാറി? തളർന്ന തലച്ചോറിന് അന്നേരം അതിനൊരു മറുപടി കണ്ടെത്താനായില്ല. ഇപ്പോൾ ഇതെഴുതുമ്പോൾ ഞാൻ മനസ്സിലാക്കുന്നു, അയ്യാ എന്നത് ബുദ്ധനെ അഭിസംബോധന ചെയ്തു വന്നതാണെന്ന്. ശബരിമല എന്ന ബുദ്ധ ആരാധനാലയം ഒരു ബ്രാഹ്മണ ക്ഷേത്രമായി പരിവർത്തനം ചെയ്യപ്പെട്ടപ്പോൾ അബോധമായിപ്പോലും ബുദ്ധനാമം ഉച്ചരിക്കരുതെന്നു കരുതിയാവാം 'അയ്യോ' എന്ന പദം ദുരന്തകാരിയാണെന്നു വരുത്തിത്തീർത്തത്. മലയാളി അത് സർവാത്മനാ സ്വാംശീകരിച്ചു. തമിഴർ നിരാകരിച്ചു.

എന്തായാലും തത്കാലം അയ്യോ വിളി ഉപേക്ഷിച്ചു ഞങ്ങൾ വീണ്ടും പതുക്കെ മല കയറിത്തുടങ്ങി.

ഇടയ്ക്ക് കടകൾ കെട്ടുന്ന സ്ഥലങ്ങൾക്ക് ഓരോ പേര് കൊടുത്തിട്ടുണ്ട്. അങ്ങനെയുള്ള ഒരു സ്ഥലമാണ് ലിഡി. അവിടെ ഒരു ചെറിയ കടയാണുള്ളത്. റൊട്ടി, സബ്ജി, നൂഡിൽസ്, ചായ, പാർലെ ബിസ്കറ്റ് എന്നിവ കിട്ടുമെന്നു മാത്രമല്ല, ഏതാനും പേർക്ക് രാത്രി തങ്ങാനുള്ള സൗകര്യവുമുണ്ട്. ഓരോ പ്ളേറ്റ് നൂഡിൽസ് ഓർഡർ ചെയ്തിട്ട് അടുത്തുള്ള മരത്തണലിൽ വിരിച്ചിട്ട ജാമുക്കാളത്തിൽ വിശ്രമിച്ചു. ഭക്ഷണം കാത്തിരിക്കുമ്പോൾ ദർശനം കഴിഞ്ഞു മടങ്ങി വരുന്ന ഒരു കുടുംബത്തെ കണ്ടു. താഴെ ഗ്രാമത്തിലുള്ളവരാണ്. ഇനിയും ഒരു പന്ത്രണ്ട് കിലോമീറ്റർ ഉണ്ടെന്നാണ് അവരുടെയും അഭിപ്രായം. അവർ ഇന്നലെ രാത്രി എട്ടര മണിക്കാണ് ക്ഷേത്രത്തിലെത്തിയത്. മുത്തശ്ശി ഉൾപ്പെടെയുള്ള ആ കുടുംബം ഇരുട്ട് താണ്ടി അവിടെ എത്തിയെങ്കിൽ ഞങ്ങൾ

ക്കെന്താ പ്രശ്നം എന്നൊക്കെ ആശ്വസിച്ച് ഭക്ഷണവും കഴിഞ്ഞു ഞങ്ങൾ പിന്നെയും മല കയറി. സമയം ഉച്ച കഴിഞ്ഞ് ഒന്നരയായിരിക്കുന്നു. ഇനി നാലു കിലോമീറ്റർ കുത്തനെയുള്ള കയറ്റമാണ്. അതു കഴിഞ്ഞാൽ പിന്നെ എട്ടു കിലോമീറ്റർ താരതമ്യേന എളുപ്പമാണ് എന്നാണ് എല്ലാവരുടെയും അഭിപ്രായം. മരങ്ങൾ താഴേക്ക് പിൻവാങ്ങിക്കഴിഞ്ഞിരുന്നു. ഇപ്പോൾ പുല്ലു വളർന്ന മലഞ്ചെരിവുകളാണ്. കുടമണി കെട്ടിയ പശുക്കളും കാളകളും എരുമകളും മേഞ്ഞു നടക്കുന്നു. ദൂരെ പുൽത്തകിടിയിൽ വിശ്രമിക്കുന്ന ഏതാനും ചെറുപ്പക്കാർ. ചിലർ ബീഡിപ്പുക ആസ്വദിക്കുന്നു. അത് ഭാംഗ് ആയിരിക്കാനുള്ള എല്ലാ സാധ്യതയുമുണ്ട്. ഇവിടെ ഗ്രാമങ്ങളിൽ യാതൊരു നിയന്ത്രണവുമില്ലാതെ കഞ്ചാവ് ചെടികൾ വളരുന്നുണ്ട്. പലേടത്തും വഴിയരികിൽ കളകൾ പോലെ ഇവ കാണാം.

പ്രയാസപ്പെട്ട് കയറി മൂന്നരയോടെ ഞങ്ങൾ പാനാർ എന്ന സ്ഥലത്തെത്തി. ഇവിടെ വനം വകുപ്പിന്റെ ആന്റി പോച്ചിങ് ക്യാമ്പ് ഷെഡ് ഉണ്ട്. രുദ്രനാഥ് യാത്രികർക്ക് ഇടത്താവളവുമാണ് ഈ കെട്ടിടം. ഹിമാലയൻ വരയാടുകളെയും ഹിമപ്പുലികളെയും മറ്റും വേട്ടയാടുന്നത് തടയുക എന്നതായിരിക്കണം ലക്ഷ്യം. എങ്കിലും വനം വകുപ്പ് ഉദ്യോഗസ്ഥരെ ആരെയും അവിടെ കണ്ടില്ല. മഞ്ഞുകാലം തുടങ്ങുമ്പോഴാണ് ഈ ഭാഗത്ത് വരയാടുകൾ കൂട്ടത്തോടെ എത്തുകയെന്നും, അപ്പോൾ തങ്ങൾ ഗ്രാമക്കാർ അവയെ വേട്ടയാടാറുണ്ടെന്നും മടക്കയാത്രയിൽ ആശിഷ് പറഞ്ഞപ്പോഴാണ് അതിന്റെ ഗൗരവം എനിക്കു മനസ്സിലായത്. വരയാടുകളെ വേട്ടയാടുന്നതിൽ എന്തെങ്കിലും കുഴപ്പമുള്ളതായി ആശിഷിന് തോന്നുന്നതേയില്ല.

ക്യാമ്പ് ഷെഡിനുള്ളിലും ഒരു ചെറിയ കടയുണ്ട്. ഞങ്ങൾ ഓരോ ചായയ്ക്കു പറഞ്ഞു. എല്ലായിടത്തും പറയും പോലെ നല്ല കടുപ്പത്തിൽ മധുരം കുറച്ചാണ് അവിടെയും ചായ ആവശ്യപ്പെട്ടത്. ചുമതലക്കാരൻ നിസ്സംഗഭാവത്തിൽ ചായ തയ്യാറാക്കാൻ തുടങ്ങി. എവിടെയോ എന്തോ തകരാറു പോലെ. ഒരുപക്ഷേ, നീണ്ടകാലം ഈ തണുത്ത ഒഴിഞ്ഞ പ്രദേശത്തു താമസിച്ചതിന്റെ ഫലമായുണ്ടായ നിസ്സംഗതയായിരിക്കുമെന്ന് ആശ്വസിച്ചു. ചായ കൊള്ളില്ലായിരുന്നു. ഏറെനാൾ കുളിപ്പിക്കാത്ത മാടിന്റെ, അകിട് പോലും കഴുകാതെ കറന്ന പാലിന്റെ ചുവ. വയറിൽ അത് ഉരുണ്ട്

കളിക്കാൻ തുടങ്ങി. ഛർദ്ദിക്കുമോ, എങ്കിൽ കേമമായി. ഇപ്പോഴേ നടക്കാൻ വയ്യ. ഛർദ്ദിയുടെ ക്ഷീണം കൂടി സഹിക്കുന്നത് ആലോചിക്കാൻ കൂടി വയ്യ.

ചുറ്റും അതീവ സുന്ദരിയായ പ്രകൃതിയുടെ ലാസ്യനൃത്തം. അതാസ്വദിച്ച് ആമാശയത്തിന്റെ പ്രതിഷേധങ്ങളെ കണ്ടില്ലെന്ന് നടിക്കാൻ ശ്രമിച്ചു. പനാറിൽ നിന്നു വീണ്ടും 8 കിലോമീറ്റർ കൂടി പോകണം രുദ്രനാഥ സന്നിധിയിലേക്ക്.

മലമുകളിൽ പച്ച പുതച്ച വിശാലവും നിമ്നോന്നതവും മനോഹരവുമായ ഒരു പുൽത്തകിടിയാണ് പനാർ. ഇടയ്ക്ക് ഇന്ദ്രനീലം പോലെ തിളങ്ങുന്ന ഒരു ചെറു ജലാശയം. സമീപത്തു ശാന്തയായി മേയുന്ന ഒരു പശു. അതിനപ്പുറം താഴ്വര. അതിനുമപ്പുറം നിരനിരയായി നിൽക്കുന്ന മലകൾക്ക് കാവലായി മേഘമാലകളും കിരീടങ്ങളുമണിഞ്ഞ മഞ്ഞുറഞ്ഞ ഹിമാലയ മുടികളും. ഇവിടം കഴിഞ്ഞാൽ മലകളുടെ മറു വശത്തു കൂടിയാണ് ഏറെയും യാത്ര. ഇതുവരെയുള്ള യാത്രയുടെ അത്രയും ക്ലേശമുണ്ടാകില്ല. കയറ്റങ്ങളും ഇറക്കങ്ങളും മാറിമാറി വന്നു. വീതി കുറവാണെങ്കിലും ആവശ്യമുള്ളിടത്തു കല്ലു പാകിയും തെളിച്ചും ഇട്ടിരിക്കുന്ന വഴി. ആകാശത്തു വട്ടമിട്ടു പറക്കുന്ന ഹിമാലയൻ കഴുകന്മാർ. ഒരു വളവു തിരിഞ്ഞപ്പോൾ മഴവില്ലിന്റെ നിറവുള്ള ഹിമാലയൻ മൊണാൽ എന്ന പക്ഷിയെ കണ്ടു. മയിലിന്റെ ഭംഗിയുള്ള ഈ പക്ഷി ഉത്തരാഖണ്ഡിന്റെ സംസ്ഥാന പക്ഷിയാണ്.

ആകാശം കറുത്തു തുടങ്ങി. മഴയ്ക്കു മുമ്പ് ലക്ഷ്യത്തിലെത്താൻ ഞങ്ങൾ പറ്റുന്നത്ര വേഗത്തിൽ നടന്നു. പുറകിൽ മൂന്നുപേരുള്ള മറ്റൊരു സംഘം വരുന്നുണ്ട്. സർവസന്നാഹങ്ങളോടെയും കയറുന്ന അവർ പ്രദേശവാസികളും കൂടിയാണ്.

പെട്ടെന്ന് മഞ്ഞു വീഴാൻ തുടങ്ങി. ചെറിയ വെള്ളാരം കല്ലുകൾ പോലുള്ള മഞ്ഞിന്റെ പരലുകൾ ദേഹത്തും നിലത്തും വീണലിഞ്ഞു. പുറകെ മഴയെത്തിയേക്കും. അധികം കാത്തിരിക്കേണ്ടി വന്നില്ല. മലമുകളിലെ അടുത്ത ചെറിയ ചുരം കഴിഞ്ഞപ്പോൾ കാറ്റിന്റെ സ്വാഗത ഗാനത്തിനു പുറകെ ചെറു മഴയെത്തി. റെയിൻ കോട്ട് എടുത്തിട്ടില്ല. വലിയ മഴ പെയ്താൽ ജാക്കറ്റിന് എത്രമാത്രം ചെറുത്തുനിൽക്കാനാകുമെന്നറിയില്ല. അൽപ്പം മുകളിലായി മലയിൽ പാറ അടർന്നു മാറിയ ഒരു വിള്ളലുണ്ട്. മഴ തോരുന്നതു

വരെ അവിടെ കയറി നിന്നാലോ എന്ന് ജ്യോതിച്ചേട്ടൻ ചോദിച്ചു. എന്നാൽ ഞാൻ അനുകൂലിച്ചില്ല. മാത്രമല്ല അധികം ബുദ്ധിമുട്ടിക്കാതെ മഹാദേവൻ ഞങ്ങളെ ലക്ഷ്യസ്ഥാനത്തെത്തിക്കുമെന്ന് മനസ്സു പറയുകയും ചെയ്തു. മങ്കി ക്യാപ്പിനു മുകളിൽ തോർത്തു ചുറ്റിക്കെട്ടി മൃത്യുഞ്ജയ മന്ത്രവും ജപിച്ചു ഞാൻ വലിഞ്ഞു നടന്നു. ചേട്ടൻ ഇപ്പോൾ പുറകിലാണ്. അധികം വിഷമിപ്പിക്കാതെ മഴ തോർന്നു. വഴി പിന്നെയും വളഞ്ഞു പുളഞ്ഞു നീണ്ടു കിടക്കുകയാണ്. മേഘങ്ങൾക്കിടയിൽ കിട്ടിയ ചെറു പഴുതിലൂടെ സൂര്യൻ തന്റെ അനുഗ്രഹ രശ്മികളെ ഭൂമിയിലേക്കയച്ചു.

വഴി പിത്രധാർ കഴിഞ്ഞു പഞ്ചഗംഗയിലേക്ക് നയിച്ചു. കൃഷ്ണാ നദിയുടെ കൈവഴിയായ, മഹാരാഷ്ട്രയിലെ പഞ്ചഗംഗ നദിയുമായി ഇതിന് ബന്ധമൊന്നുമില്ല. മണ്ഡൽ ഗ്രാമത്തിൽ നിന്ന് അനസൂയാദേവി ക്ഷേത്രം വഴിയുള്ള പാതയുമായി പനാറിൽ നിന്നുള്ള വഴി കൂടിച്ചേരുന്ന മലയടിവാരത്തെ ചരിഞ്ഞ പുൽത്തകിടിയിൽ ഓവിലൂടെ ഒഴുകി വരുന്ന ഒരു ചെറു നീരുറവയുടെ പേരാണ് പഞ്ചഗംഗ. അടുത്തു തന്നെ യാത്രികർക്ക് വിശ്രമിക്കാനും രാത്രി തങ്ങാനും ഭക്ഷണം കഴിക്കാനുമൊക്കെ സൗകര്യമുള്ള ഒരു ചെറു ധാബയുണ്ട്. ഉടമസ്ഥരായ ചെറുപ്പക്കാർ പശുക്കളെയും വളർത്തുന്നു. അൽപ്പം വിശ്രമിച്ച് ഓരോ കട്ടൻ ചായയും കുടിച്ച് അവസാനത്തെ മൂന്നു കിലോമീറ്റർ താണ്ടാനിറങ്ങി. നേരം വൈകി, ഉടനെ മഴയും പെയ്യും എന്നു പറഞ്ഞു ചെറുപ്പക്കാരൻ നിരുത്സാഹപ്പെടുത്തി. ഇന്നു രാത്രി അവിടെ തങ്ങി രാവിലെ ക്ഷേത്രത്തിലേക്ക് പോകാം. മണ്ഡൽ വഴി വന്ന ഏതാനും ചെറുപ്പക്കാർ അവിടെ വിശ്രമിക്കുന്നുണ്ട്. അൽപ്പം മുൻപ് വീണ പുതുമഞ്ഞിൽ ഡൈ ചെയ്യാൻ വൈകിയ തലകൾ പോലെയുള്ള കൊടുമുടികൾ അയാൾ ദൂരെ കാണിച്ചു തന്നു. ഇനിയും മഞ്ഞു വീഴും. അതിന് അകമ്പടിയായി മഴയും പെയ്യും. പക്ഷേ, ബാക്കി ദൂരവും അന്ന് തന്നെ പിന്നിടണമെന്ന തീരുമാനത്തോടെ ഞങ്ങൾ യാത്ര തുടർന്നു. അടുത്ത മഴയ്ക്കു മുമ്പ് രുദ്രനാഥന്റെ നട പൂകാൻ ഞങ്ങൾ മഴയിലും മഞ്ഞിലും കുതിർന്നു കിടന്ന നടവഴിയിലൂടെ തിരക്കിട്ടു നടന്നു. അല്ല, ഓടി എന്നു പറയുന്നതാവും ശരി. ചുറ്റും പുല്ലുകളും ചെറു കുറ്റിച്ചെടികളും നിറഞ്ഞ കുന്നുകൾ കോടമഞ്ഞു പുതച്ചു കിടന്നു. രാവിലെ മുതലുള്ള കഠിനമായ യാത്ര ഞങ്ങളെ

വല്ലാതെ ക്ഷീണിപ്പിച്ചിരുന്നതിനാൽ ഇറക്കമായിരുന്നിട്ടും യാത്ര അതീവ ദുഷ്കരമായി തോന്നി. ദൂരെ രുദ്രനാഥന്റെ നടയിൽ ദീപങ്ങൾ തെളിഞ്ഞു. ഒപ്പം മഴയുമെത്തി. ചാറ്റൽ മഴയായി തുടങ്ങി മഴ ഞങ്ങൾ ക്ഷേത്രനടയിലെത്തിയപ്പോഴേക്ക് സാമാന്യം ശക്തി പ്രാപിച്ചിരുന്നു. ക്ഷേത്രത്തിന് മുമ്പുള്ള കെട്ടിടത്തിന്റെ വരാന്തയിൽ ബാഗുകളും ചെരിപ്പും അഴിച്ചു വച്ച് ഞങ്ങൾ ക്ഷേത്രത്തിനുള്ളിലേക്കു കടന്നു.

ഗുഹാക്ഷേത്രമാണ് രുദ്രനാഥ്. പച്ചപ്പുൽ പുതപ്പു മൂടിയ കുന്നിൻ ചെരുവിൽ താഴ്‌വരയിലേക്കു ദർശനമായിരിക്കുന്നു. താഴെ നിന്ന് ഭഗവൽ ദർശനത്തിനു വേണ്ടിയെന്ന പോലെ വരിവച്ചു കുന്നു കയറി വരുന്ന പൈൻ മരക്കാട്. ശ്രീകോവിലിനു പുറത്തേക്ക് ഒരു മുറി കൂടി പണിഞ്ഞിട്ടുള്ളതിൽ ഭക്തർക്ക് നിൽക്കാം. തൊഴാൻ പത്തിൽ താഴെ ആളുകൾ മാത്രം. അവരിലൊരാൾ ജർമനിക്കാരനായ മൈക്കിൾ. പിറ്റേന്നത്തെ മടക്കയാത്രയിലാണ് ഞങ്ങൾ വിശദമായി പരിചയപ്പെട്ടത്.

ദീപാരാധനാ സമയമടുത്തു. തന്റെ മുറിയിൽ നിന്നു പൂജാരി ക്ഷേത്രത്തിലേക്കു വന്നു. രജപുത്ര യോദ്ധാക്കളെ പോലെ വേഷവിധാനം. തലപ്പാവുമുണ്ട്. പാദരക്ഷകൾ ഊരാതെ ക്ഷേത്രത്തിൽ കയറിയ രണ്ടു ചെറുപ്പക്കാരെ ഉറക്കെ വഴക്കു പറഞ്ഞു കൊണ്ടായിരുന്നു വരവ്. രുദ്രനാഥന്റെ വേനൽക്കാല വസതിയായ ഗോപേശ്വറിൽ നിന്നുള്ള പൂജാരിമാരാണ് ഇവിടത്തെ പൂജകൾ ചെയ്യുന്നത്. മുൻപ് പറഞ്ഞിട്ടുള്ളതുപോലെ നന്ദിയുടെ രൂപത്തിൽ ഗുപ്തകാശിയിൽ മറഞ്ഞ മഹാദേവന്റെ ശിരസ്സാണ് രുദ്രനാഥിൽ പ്രത്യക്ഷപ്പെട്ടത്. ഈ ആധുനിക കാലത്ത് പോലും എത്തിപ്പെടാൻ അത്യധികം പ്രയാസമായ ഹിമാലയ മലനിരകൾക്കിടയിൽ വിസ്തൃതമായ വനങ്ങൾക്കും വിശാലമായ പുൽമേടുകൾക്കും അപ്പുറമുള്ള ഇവിടുത്തെ ദേവസാന്നിദ്ധ്യം പാണ്ഡവർ തിരിച്ചറിഞ്ഞത് ആശ്ചര്യം തന്നെ! രുദ്രനാഥിലെ ഇന്നും അനുഭവവേദ്യമായ അപാരമായ ദേവചൈതന്യം പാണ്ഡവരെ ഇവിടേക്ക് അനായാസം ആകർഷിച്ചതുമാകാം. ഹാ! അൽപ്പബുദ്ധികളായ നമുക്ക് ഇത്തരം പ്രകൃതി പ്രപഞ്ച രഹസ്യങ്ങൾ എങ്ങനെ മനസ്സിലാകാൻ!

നല്ല ശ്രീയോടെ മുഖമെഴുതി എണ്ണയിലെരിയുന്ന അനേകം വിളക്കുകളുടെ വെളിച്ചത്തിൽ അതീവ ശോഭയോടെ രുദ്രനാഥൻ

ഭക്തർക്ക് കണ്ണിനു കർപ്പൂരമായി, ഹൃദയത്തിന് പരമാനന്ദമായി ചൈതന്യം ചൊരിഞ്ഞു നിന്നു. നിർത്താതെ മുഴങ്ങിയ മണിയൊച്ചകളുടെ അകമ്പടിയോടെ വെളുത്ത പുഷ്പങ്ങൾ അർപ്പിച്ച് വിവിധതരം ആരതികൾ ഉഴിഞ്ഞുള്ള പൂജ ഭക്തരെ മറ്റൊരു ലോകത്തേക്ക് നയിക്കത്തക്കതായിരുന്നു. ശ്രീകോവിലിൽ നിന്നുള്ള അപാരമായ ഊർജ്ജ പ്രവാഹം ഓരോരുത്തർക്കും അനുഭവവേദ്യമായിരുന്നു. അറിയാതെ ഓരോരുത്തരും ശംഭോ! മഹാദേവ, ജയ് ഭോലേനാഥ് എന്നിങ്ങനെ നീലകണ്ഠ നാമങ്ങൾ ഉരുവിട്ടു.

പൂജ കഴിഞ്ഞ് പ്രസാദം വിതരണം ചെയ്യുമ്പോഴും പൂജാരിക്ക് ചെരിപ്പു ധരിച്ച് ക്ഷേത്രത്തിൽ കയറിയവരോടുള്ള കലി അടങ്ങിയിരുന്നില്ലെന്നു തോന്നി. ചെറുപ്പക്കാർ പശ്ചിമ ബംഗാളിൽ നിന്നുള്ളവരാണെന്നറിഞ്ഞപ്പോൾ പഴി അവരുടെ മുഖ്യമന്ത്രിക്കായി. മുംതാസ് മഹൽ ഭരിക്കുന്ന സ്ഥലത്തുനിന്നു വന്നതിന്റെ കുഴപ്പമാണത്രേ!

പ്രസാദം വാങ്ങി മഹാദേവനെ വീണ്ടും വണങ്ങി ഞങ്ങൾ ക്ഷേത്രത്തിനു പുറത്തിറങ്ങി. മഴ തോർന്നിരുന്നു. ക്ഷേത്രത്തിൽ നിന്ന് അര കിലോമീറ്റർ മാറി വഴിയരികിൽ നിന്നും താഴെയാണ് അതിഥിമന്ദിരം. ചെറിയ വാടകയ്ക്ക് കിടക്കാൻ അൽപ്പം ഇടവും പുതയ്ക്കാൻ കമ്പിളിയും വിശപ്പിനു ഭക്ഷണവും ലഭിക്കും.

22.9.18
കൽപ്പേശ്വറിലേക്ക്

യാത്ര പരിസമാപ്തിയിലേക്കു കടക്കുന്നതിന്റെ ആഹ്ലാദത്തിലാണ് ഉണർന്നത്. മുന്നിൽ ഇനി കൽപ്പേശ്വറും ശ്രീനാരായണന്റെ ബദ്രിനാഥും മാത്രം. രാത്രി വൈകിയും പെയ്തു കൊണ്ടിരുന്ന മഴ കൊണ്ടുവന്ന തണുപ്പിന്റെ സൂചിമുനകൾ കമ്പിളി തുളച്ചു ദേഹത്തു കയറിക്കൊണ്ടിരുന്നെങ്കിലും ഒരു പകൽ മുഴുവൻ നീണ്ട നടത്തയുടെ ക്ഷീണത്തെ പരാജപ്പെടുത്താൻ പ്രാപ്തമായിരുന്നില്ല. പക്ഷേ, രാത്രിമഴ രുദ്രനാഥ പ്രകൃതിയെ പുതച്ചു നിന്നിരുന്ന കോടമഞ്ഞിനെ കഴുകി വെടിപ്പാക്കിയിരുന്നു. സൂര്യനുദിച്ചില്ലെങ്കിലും കുളിച്ചീറനോടെ നിൽക്കുന്ന സുന്ദരിയായ പ്രകൃതി. കൈകാൽ മുഖങ്ങൾ കഴുകി ഞങ്ങൾ വീണ്ടും രുദ്രനാഥ സന്നിധിയിലേക്കു നടന്നു. ആരും ഉണർന്നിട്ടില്ല. നേരം വെളുത്തു വരുന്നതേയുള്ളു. കൊടാവിളക്കിന്റെ ദിവ്യപ്രഭയിൽ മുങ്ങി അതീവ തേജസ്വിയായി നീലകണ്ഠ മഹാദേവൻ. അറിയാതെ മുട്ടുകുത്തി, പിന്നെ സാഷ്ടാംഗം നമസ്കരിച്ചു. ശംഭോ! മഹാദേവ, എല്ലാർക്കും നല്ലതു വരുത്തണേ. മനം നിറഞ്ഞു പ്രാർത്ഥിച്ച ശേഷം പുറത്തിറങ്ങി.

പ്രഭാതസൂര്യന്റെ അരുണപ്രഭയിൽ മുങ്ങിയ രുദ്രനാഥ പ്രകൃതിയുടെ ഭംഗി അനിർവചനീയമാണ്. കൊടുമുടിത്തുമ്പുകളിൽ മാത്രമല്ല, ആകാശത്ത് ഒറ്റപ്പെട്ടുപോയ മേഘലങ്ങളിലും കുന്നിൻ ചെരുവിലെ ഓരോ പുൽക്കൊടിത്തുമ്പിലും തങ്ങി നിൽക്കുന്ന നീഹാര ബിന്ദുക്കളിലും വരെ അത് തീർക്കുന്ന വർണ വിസ്മയം അനുഭവിച്ചു തന്നെ അറിയണം. ഒരു ക്യാമറക്കും അത് പൂർണതയിൽ പകർത്തുവാനാകുമെന്നു തോന്നുന്നില്ല.

മടങ്ങാൻ നേരമാകുന്നു. അതി മനോഹരവും പ്രശാന്തവുമായ

ആ പർവതഭൂമിയിൽ ചേർന്നു പോയ ഹൃദയത്തെ പറിച്ചു മാറ്റി വേണം മലയിറങ്ങാൻ. ഉള്ളിൽ ചോര പൊടിഞ്ഞോ, മിഴികൾ നിറഞ്ഞോ? സൂര്യപ്രകാശം മലകളിൽ നിന്നു താഴ്‌വാരങ്ങളിലേക്ക് ഇറങ്ങിത്തുടങ്ങിയപ്പോൾ ഞങ്ങൾ രുദ്രനാഥ സന്നിധിയിൽ നിന്ന് മടക്കയാത്ര ആരംഭിച്ചു.

തലേന്ന്, മഴയിൽ, മൂടൽമഞ്ഞിൽ, സന്ധ്യയുടെ ഇരുട്ടിൽ മറഞ്ഞു നിന്ന പ്രകൃതി തിരശ്ശീല മാറ്റി നാനാ വർണ വനമാലകൾ ചാർത്തി നൃത്തമാടുകയാണ് മുന്നിൽ. ദൂരെ മഞ്ഞുമൂടിയ ഗിരിശൃംഖങ്ങൾ, അതിനിപ്പുറം കരിമ്പാറകൾ കൊണ്ട് പേശീബലം കാട്ടി നിൽക്കുന്ന വൻമലകൾ, പിന്നെ പുൽത്തകിടികളാൽ പുതപ്പൊരുക്കി മയങ്ങുന്ന ഇടത്തരം കുന്നുകൾ, ദേവദാരുവും പൈനും വളരുന്ന കാടുകൾ തിങ്ങിയ താഴ്‌വാരങ്ങൾ. കാഴ്ചകളിൽ മയങ്ങി പഞ്ചഗംഗയിലെത്തുമ്പോൾ അവിടെ അന്തേവാസികൾ ഉറക്കത്തിൽ നിന്നുണരുന്നതേയുണ്ടായിരുന്നുള്ളൂ. വീണ്ടും മലമുകളിലേക്ക്. ഒറ്റയടിപ്പാതയിൽ, കുന്നിൻ മറവിൽ നിന്നു കുതിരപ്പുറത്ത് രണ്ടു സഞ്ചാരികളും അവർക്ക് പിന്നിലായി കുതിരക്കാരനും മുന്നിലേക്ക് വന്നു. കുന്നിന്റെ മാറിലേക്ക് ചാഞ്ഞു നിന്ന് അവർക്ക് വഴി കൊടുത്തപ്പോൾ കുന്ന് മാതൃത്വം തുളുമ്പുന്ന ഊഷ്മളതയോടെ ചേർത്തു പിടിച്ചു. പിന്നെ പിത്രധാർ, മടങ്ങുന്നവർക്ക് സ്വച്ഛമായ വഴിയൊരുക്കി നിന്നു. അതിനപ്പുറം ചെറുതും വലുതുമായ നാനാ വർണങ്ങളിലുള്ള പൂക്കൾ കൊണ്ടലങ്കരിച്ച പുൽത്തകിടികളുമായി താഴ്‌വാരങ്ങൾ കേളിക്കു ക്ഷണിച്ചു. കണ്ടില്ലെന്ന് നടിച്ച് ആകാശത്തേക്ക് കണ്ണു നട്ടു. വെളുത്ത മേഘങ്ങൾക്കു താഴെ ഒരു ഹിമാലയൻ കഴുകൻ ഒഴുകി നടന്നു.

പനാറിലെത്തുമ്പോൾ പിന്നിൽ ജർമൻ സ്വദേശിയായ മൈക്കിളും സഹായിയും വഴികാട്ടിയുമായ ആശിഷും ഒപ്പമെത്തിയിരുന്നു. മൈക്കിൾ ജോലിയുടെ ഭാഗമായി ഇപ്പോൾ ദക്ഷിണാഫ്രിക്കയിലാണെങ്കിലും ഹൃദയം ഭാരതത്തിലാണ്. ഓരോ അവധിക്കാലത്തും ഇന്ത്യയിലെത്തുന്ന മൈക്കിൾ ഹിമാലയത്തിലെ പുണ്യ കേന്ദ്രങ്ങൾ സന്ദർശിക്കുന്നു. ഓരോയിടത്തും ദിവസങ്ങളോളം തങ്ങുന്ന അയാളുടെ ജീവിതരീതി എന്നിൽ അസൂയ നിറച്ചു. ഇങ്ങനെയാകണം ഹിമാലയ യാത്ര ചെയ്യാനെന്ന് എന്നെ ഓർമിപ്പിച്ചു. പത്തു ദിവസത്തോളം നീണ്ട ഈ യാത്രയിൽ തുംഗനാഥും രുദ്രനാഥും മാത്ര

മാണ് മൈക്കിൾ സന്ദർശിച്ചത്. ഓരോയിടത്തും മൂന്നു ദിവസം വീതം. ഭാരതീയ സംസ്കാരത്തിൽ ആകൃഷ്ടനായ മൈക്കിൾ യാത്രക്കിടയിൽ രാജസ്ഥാനിൽ കണ്ടുമുട്ടിയ സന്ന്യാസിയുടെ ശിഷ്യത്വവും സ്വീകരിച്ചിട്ടുണ്ട്. സൂര്യ നന്ദ എന്ന സന്ന്യാസ നാമവും സ്വീകരിച്ചിരിക്കുന്നു. ദക്ഷിണാഫ്രിക്കയിലേക്കു മടങ്ങുന്നതിന് മുമ്പ് രാജസ്ഥാനിൽ ഗുരുവിനെയും മൈക്കിൾ സന്ദർശിക്കുന്നുണ്ടെന്ന് പറഞ്ഞു.

കൽപ്പേശ്വർ

കയറിയ ദൂരമെല്ലാം ഇറങ്ങി സഗർ ഗ്രാമം കടന്നു ഹോട്ടൽ കോമ്പൗണ്ടിൽ എത്തുമ്പോൾ ഉച്ച കഴിഞ്ഞിരുന്നു. തലേന്നു പെയ്ത മഴയിൽ ബൈക്കും ബാഗുകളും നനഞ്ഞു കുതിർന്നിരിക്കുന്നു. ബാഗുകൾ ഹോട്ടലിനുള്ളിൽ സൂക്ഷിക്കാൻ മടി കാണിച്ചതിനുള്ള ശിക്ഷ! പതിവു വിഭവങ്ങൾ തന്നെ ഉച്ചഭക്ഷണമാക്കി കൽപ്പേശ്വറിലേക്കു തിരിക്കുമ്പോൾ സമയം രണ്ടര. സഗറിൽ നിന്നു ഗംഗോൾ വഴി ഗോപേശ്വർ കടന്ന് ചമോലിയിലെത്തി ജോഷിമഠിലേക്കുള്ള വഴിയിൽ ഹെലാങ്ങ് എന്ന സ്ഥലത്തു നിന്ന് ഇടത്തേക്കു തിരിഞ്ഞു പത്തു കിലോമീറ്റർ സഞ്ചരിച്ച് ഉർഗം ഗ്രാമത്തിലെത്തി വേണം കൽപ്പേശ്വറിലേക്കു പോകാൻ. അവിടെ വരെയും വാഹനയാത്ര സാധ്യമാണ്. ഉർഗം ഗ്രാമത്തിൽ നിന്നു വിളിപ്പാടകലെയാണ് ശിവസന്നിധി. കഷ്ടിച്ച് രണ്ടു കിലോമീറ്റർ മാത്രം. അവിടെ ജടാരൂപത്തിൽ പരമേശ്വരൻ ഭക്തർക്കു ദർശനമരുളുന്നു. സഗറിൽ നിന്നു കൽപ്പേശ്വറിലേക്ക് ആകെ 39 കിലോമീറ്റർ മാത്രം. 37 കിലോമീറ്റർ ബൈക്കിലും രണ്ടു കിലോമീറ്റർ നടന്നും. ഇതു വരെയുള്ള യാത്രകൾ പരിഗണിക്കുമ്പോൾ തികച്ചും നിസ്സാരമാകേണ്ടതാണ്. പക്ഷേ, അതായിരുന്നില്ല ഭഗവത് നിശ്ചയം എന്നുമാത്രം!

ചമോലി കടന്നപ്പോൾ തന്നെ മഴ തുടങ്ങി. ഇക്കാലത്ത് ഉച്ചയ്ക്കു ശേഷമുള്ള മഴ ഹിമാലയ പ്രകൃതിയുടെ പ്രത്യേകതയാണ്, അതുകൊണ്ട് കാര്യമാക്കിയില്ല. പറ്റിയാൽ ഇന്നു തന്നെ കൽപ്പേശ്വരനെ ദർശിച്ച് ജോഷിമഠിലേക്കു പുറപ്പെടണമെന്നാണ് ജ്യോതിച്ചേട്ടന്റെ പ്ലാൻ. 40 കിലോമീറ്ററൊക്കെ ദാന്ന് എത്തുമെന്നാണല്ലോ നാട്ടിലെ ദൂരം വച്ച് നമ്മുടെ മനസ്സിലിരുപ്പ്. ഇടുങ്ങിയതും ഇടയ്ക്കിടെ തകർന്നു കിടക്കുന്നതുമൂലം സഞ്ചാരവേഗം കുറയ്ക്കുന്ന

തുമായ ഹിമായ റോഡിൽ മഴയത്ത് കരുതലോടെയുള്ള യാത്ര യിൽ അത്തരം കണക്കു കൂട്ടലുകൾക്ക് യാതൊരർത്ഥവും മിക്ക പ്പോഴും ഉണ്ടാകാറില്ല എന്നു മാത്രം.

ഹെലാങ്ങ് എത്താൻ തന്നെ ഏറെ നേരമെടുത്തു. അവിടെനിന്ന് ഉർഗം ഗ്രാമത്തിലേക്ക് പൊതു ഗതാഗതമില്ല. സുമോ/ബൊലേറോ പോലുള്ള വാഹനങ്ങൾ മാത്രമാണ് ആശ്രയം. ആളെണ്ണമനുസരി ച്ചാണ് നിരക്ക്. റോഡ് ടാർ ചെയ്തിരുന്നില്ല. എന്നാൽ, ടാർ ചെയ്യു ന്നതിനായി കുത്തിയിളക്കി ഒട്ടും ഗതാഗതയോഗ്യമല്ലാതാക്കിയി രുന്നു താനും. ബൈക്കിനെ മറിച്ചിടാൻ പാകത്തിലുള്ള വലിയ കല്ലുകൾ ആയിരുന്നു. കയറ്റം, ഇടുങ്ങിയ കല്ലും മണ്ണും ഇളകിക്കി ടക്കുന്ന പാത, ചാറ്റൽ മഴ. എല്ലാം കൊണ്ടും റൈഡറെ സർക്കസ് കളിപ്പിക്കാൻ പറ്റിയ വഴി. നിയന്ത്രിച്ചു ബൈക്ക് ഓടിക്കാൻ നന്നേ പ്രയാസപ്പെട്ടു.

എതിരെ വന്ന ജീപ്പുകാരോട് ചോദിച്ചപ്പോൾ ഏകദേശം ഏഴു കിലോമീറ്റർ ഇതാണ് അവസ്ഥ എന്നു പറഞ്ഞു. അതു കഴിഞ്ഞാൽ കുറച്ചു മെച്ചമാകുമത്രേ. എന്തായാലും മുന്നോട്ട് തന്നെ. വളരെ പ്രയാസപ്പെട്ട് വളവുകളും തിരിവുകളും കയറി കാട് കടന്ന് പതു ക്കെ മുന്നോട്ടു പോയി. ജീപ്പുകാരൻ പറഞ്ഞ സ്ഥലമെത്തി. കല്ലു മാറി. പക്ഷേ റോഡ് ചെളിക്കുണ്ടായിരിക്കുന്നു. ജീപ്പുകാർക്ക് അതു പ്രശ്നമല്ല. പക്ഷേ, ബൈക്കിന്റെ സ്ഥിതി അതല്ലല്ലോ! രണ്ടു പേരും ഭാരമുള്ള ബാഗുകളുമായി തെന്നി വീഴാതെ മുന്നോട്ടു പോകുക എന്നത് അതീവ ദുഷ്കരം തന്നെ. ചെറിയ കാറുകൾ പോലും പൂണ്ടു പോകുന്ന അളവിലാണ് ചെളി. രണ്ടു പേർ ഒരു മിച്ചു പോകില്ല എന്ന് കണ്ടപ്പോൾ ജ്യോതിച്ചേട്ടൻ ചെളിയിലിറങ്ങി നടക്കാൻ തുടങ്ങി. ഞാൻ വണ്ടിയിൽ ഇരിക്കുന്നു എങ്കിലും ഇരു കാലുകളും നിലത്തു കുത്തി തുഴഞ്ഞു മുന്നോട്ടു നീങ്ങി.

ഒടുവിൽ ഏറെ നേരം കഷ്ടപ്പെട്ട് ഒരു വഴിയോരക്കടയുടെ മുന്നി ലെത്തി. നന്നായി തളർന്നിരുന്നു. ഇനി മുന്നോട്ട് നീങ്ങുക അസാ ധ്യം. കടയിൽ അന്വേഷിക്കുക തന്നെ. ചറുപിറാന്നു പെയ്യുന്ന മഴ യിൽ പ്രകാശം മങ്ങിയ ഗ്യാസ് വിളക്കിന്റെ വെളിച്ചത്തിൽ പ്ലാസ്റ്റി ക്ക്ഷീറ്റ് മേഞ്ഞ കട വയലോരത്തു വഴിയോട് ചേർന്ന് ഇരുട്ടിൽ വയ്ക്കോൽ കൂന പോലെ ഉയർന്നു നിന്നു. കടയിൽ നിന്ന ചെറു പ്പക്കാരനോട് ഇനിയുമെത്ര ദൂരമാണ് ക്ഷേത്രത്തിലേക്ക് എന്നു

ചോദിച്ചതിന്, എട്ടു കിലോമീറ്ററോളം പോകാനുണ്ടെന്ന മറുപടി യാണ് കിട്ടിയത്. ഞങ്ങളുടെ കണക്കിൽ അത് മൂന്നു കിലോമീറ്ററിൽ താഴെ മാത്രമായിരുന്നു. കണക്കു കൂട്ടലുകളൊന്നും ശരിയാകുന്നില്ലല്ലോ ഭഗവാനേ!

കടയുടമസ്ഥ ഭാഗീരഥീ ദേവി മധ്യവയസ്സ് പിന്നിട്ട, വണ്ണമുള്ള, ആജ്ഞാശക്തി സ്ഫുരിക്കുന്ന മുഖഭാവമുള്ള ഗ്രാമീണ വനിതയാണ്. സഹായത്തിന് കടയിൽ വിവാഹിതയായ മകളും. അവരുടെ വീട്ടിൽ തീർത്ഥാടകർക്ക് ഹോം സ്റ്റേ ഒരുക്കുന്നുണ്ട് എന്നറിഞ്ഞതോടെ, തളർന്ന ശരീരങ്ങളും മനസ്സുകളും പിന്നെ മറ്റൊന്നും ആലോചിച്ചില്ല. യാത്രയിൽ വിലപേശാതെ താമസിച്ച ആദ്യയിടം. കടയുടെ പിന്നിൽ കുറച്ചു മാറിയാണ് വീട്. ബൈക്ക് കടയുടെ സമീപം ഒതുക്കി വച്ച് ഞങ്ങൾ അങ്ങോട്ടു നടന്നു. പാടങ്ങൾക്കിടയിലൂടെ രണ്ടടിയിൽ താഴെ വീതിയുള്ള വരമ്പാണ് വഴി. അത്യാവശ്യം സൗകര്യങ്ങളോടു കൂടിയ ഗ്രാമീണ വസതി. ഒന്നോ രണ്ടോ കിടപ്പു മുറികൾ അതിഥികൾക്കായി മാറ്റി വച്ചിരിക്കുന്നു. അതിലൊരെണ്ണം ഞങ്ങൾക്ക് അനുവദിച്ചു തന്നു. നനഞ്ഞു കുതിർന്ന വസ്ത്രങ്ങൾ മാറ്റി തണുത്ത വെള്ളത്തിൽ തന്നെ കുളിച്ചപ്പോൾ തന്നെ ക്ഷീണം പമ്പ കടന്നു. അപ്പോഴേക്കും ചൂടു ചപ്പാത്തിയും ദാൽ കറിയും അച്ചാറും തയ്യാറായിരുന്നു. വയറും മനസ്സും നിറയുന്നതു വരെ ആ സാധു ഒപ്പം നിന്ന് ഞങ്ങളെ ഊട്ടി. ഭാഗീരഥീ ദേവിയുടെ ഭർത്താവ് റായ്പൂരിലോ മറ്റോ നിർമാണ ജോലിയിലാണ്. വീട്ടിൽ കൂടെ രണ്ടു പെൺമക്കളാണ്. ഒരു മകനുള്ളത് നഗരത്തിൽ കോളേജിൽ പഠിക്കുന്നു. കുറച്ചു കൃഷിഭൂമിയുണ്ട്. ഗ്രാമപാതയ്ക്കരികിലെ കടയിലെ കച്ചവടമാണ് വരുമാന മാർഗമാണ്. അവിടെ ഗ്രാമീണർക്ക് അത്യാവശ്യമുള്ള മിക്ക സാധനങ്ങളും ലഭ്യമാണു താനും.

ഉറക്കം സുഖമായിരുന്നു എന്നു പ്രത്യേകം പറയേണ്ടതില്ലല്ലോ! രാവിലെ തന്നെ അമ്പലത്തിലേക്കു പുറപ്പെട്ടു. നടന്നു തന്നെ. റോഡ് ചെളി കെട്ടി കുഴഞ്ഞു കിടന്നു. മൂടൽമഞ്ഞിൽ നിന്ന് പുറത്തു വരാൻ സൂര്യൻ യാതൊരു താത്പര്യവും കാണിച്ചില്ല. മഴയുടെ നേർത്ത തുള്ളികൾ ഭഗവാന്റെ അനുഗ്രഹവർഷം പോലെ ഞങ്ങളെ പുണർന്നു കൊണ്ടിരുന്നു. ഗ്രാമം അർദ്ധ മയക്കത്തിൽ തന്നെ. മറ്റു തീർത്ഥാടന കേന്ദ്രങ്ങൾ പോലെ തിരക്കുള്ള ഇടമല്ല കൽപ്പേശ്വർ. പഞ്ചകേദാർ യാത്രികരാണ് പ്രധാനമായും എത്തു

ന്നത്. ഇവിടെ നിന്ന് രുദ്രനാഥിലേക്ക് ഒരു ട്രെക്ക് റൂട്ട് ഉണ്ട്. ഹിമവാന്റെ വന്യ സൗന്ദര്യം ആസ്വദിച്ച് രണ്ടു ദിനം കൊണ്ട് രുദ്രനാഥ സന്നിധിയിലെത്താം. ഒരിക്കൽ ആ യാത്ര ചെയ്യണം.

മഹാദേവന്റെ അനുഗ്രഹത്തിനായി പ്രാർത്ഥിച്ച് ശ്രദ്ധയോടെ നടന്നു. ഗ്രാമത്തിൽ നിന്ന് രണ്ടു കിലോമീറ്ററോളമേയുള്ളൂ. അളകനന്ദയുടെ പോഷകനദിയായ കൽപ്പ ഗംഗയുടെ തീരത്ത് മലയുടെ ചെരിവിലായാണ് ക്ഷേത്രം. നദി മുറിച്ചു കടക്കാൻ പുതിയ പാലം നിർമിച്ചിട്ടുണ്ട്. പ്രളയമെടുത്ത പഴയ പാലത്തിന്റെ അവശിഷ്ടം അൽപ്പം മാത്രം മുകളിലായി കാണാം. റോഡ് നിർമാണം പൂർത്തിയാകുന്നതോടെ വാഹനത്തിൽ തന്നെ കൽപ്പേശ്വര സന്നിധി പൂകാം.

അധികം വലുപ്പമില്ലാത്ത ഗുഹാ ക്ഷേത്രമാണ്. നാഗാഭരണമണിഞ്ഞ സ്വയംഭൂവായ ശിവലിംഗത്തെ വഹിക്കുന്ന ഗർഭഗൃഹത്തിനു പുറത്തായി ഉപദേവതകൾ. പൂജാരിയെ കണ്ടില്ല, മറ്റു ഭക്തരെയും. എങ്കിലും വാതിൽ തുറന്ന് ഉള്ളിൽ കയറി പ്രാർത്ഥിക്കാൻ പുറത്തൊരു മുറിയിലെ ഇരുട്ടിൽ ഇരുന്ന നാഗസന്യാസി അനുവാദം തന്നു. ജടാധാരിയായ ഭഗവാനെ മനവും മിഴിയും നിറയെ തൊഴുതു.

മറ്റു കേദാരങ്ങൾ പോലുള്ള ആഢംബരങ്ങളൊന്നും കൽപ്പേശ്വര സന്നിധിയിലില്ല. ഒരുപക്ഷേ, പഞ്ചകേദാർ യാത്രയുടെ ഭാഗമല്ലെങ്കിൽ ആ ഹിമാലയ ഗ്രാമത്തിനു പുറത്ത് ആരും അറിയാതെ പോകുമായിരുന്നു ആ മഹേശ്വര സന്നിധി. വിധാതാവിന്റെ മനോവ്യാപാരം സാധാരണക്കാരായ നമുക്കെങ്ങനെ മനസ്സിലാകാൻ! ക്ഷേത്രത്തിനു പിന്നിൽ കൂറ്റൻ ഹിമാലയ മലനിരകളാണ്. അതിനുമപ്പുറവും ഗ്രാമങ്ങളുണ്ടത്രേ!

കൽപ്പഗംഗയിൽ അധികം ഒഴുക്കില്ല. ക്ഷേത്രത്തിന് അൽപ്പം മാറി പാലത്തിനു സമീപം, അടുത്ത മലയിൽ നിന്ന് താഴേക്ക് ഒരു വലിയ വെള്ളച്ചാട്ടം പതിക്കുന്നുണ്ട്. മഴക്കാലമായതിനാൽ കുന്നുകളെല്ലാം പച്ച പുതച്ചു നിന്നു. കൃഷിയിടങ്ങളിൽ ചോളവും മറ്റും ധാരാളമായി കൃഷി ചെയ്തിരുന്നു. റോഡിന്റെയും പാലത്തിന്റെയും പണിക്കെത്തിയ തൊഴിലാളികൾ ടാർപോളിൻ കൊണ്ട് മൂടിയ ചെറിയ മൺകൂനകളുടെ മാത്രം വലുപ്പമുള്ള അനേകം ചെറു കൂരകളിൽ കഴിയുന്നതു കാണാം. ആരുടെയെല്ലാം വിയർ

പ്പിന്റെ ഫലമാണ് നമ്മുടെയൊക്കെ ആഢംബരമായി മാറുന്ന തെന്ന് ഓർത്തു, വൈകാതെ മറക്കാനായി.

ഉർഗം ഗ്രാമത്തിൻ ഒരു സർക്കാർ സ്കൂളുണ്ട്. അവിടെ പഠിക്കാനായി മുത്തച്ഛന്റെ കൈ പിടിച്ച് മലയ്ക്കപ്പുറത്തു നിന്നു വന്ന ചെറു ബാലനെ കണ്ടു. സെക്കൻഡറി തലം വരെയുള്ള സ്കൂളാണ്. ഉപരിപഠനത്തിന് ദൂരെ നഗരങ്ങളിലൊന്നിനെ ആശ്രയിക്കണം. എങ്കിലും മറ്റു പല ഹിമാലയ ഗ്രാമങ്ങളിലെയും സ്ഥിതി ആലോചിക്കുമ്പോൾ കുറച്ചൊക്കെ വികസനം വന്നിട്ടുള്ള സ്ഥലമാണ് ഉർഗം എന്നു കാണാം.

ഇനി ബദരിയിലേക്കാണ്. പഞ്ചകേദാർ യാത്ര പൂർത്തിയാകാൻ ബദരീനാരായണ പ്രഭുവിന്റെ അനുഗ്രഹം കൂടി വാങ്ങണം. യാത്ര പറഞ്ഞ് താമസത്തിനും ഭക്ഷണത്തിനും വിലപേശാതെ തുക നൽകി ആതിഥേയരുടെ ഒന്നു രണ്ടു ഫോട്ടോയുമെടുത്ത്, പകർപ്പ് അയച്ചു കൊടുക്കാൻ വിലാസവും വാങ്ങി, വീണ്ടും ബൈക്കുമായി ചെളിയിലേക്ക്. പകൽ വെളിച്ചത്തിന്റെ ആനുകൂല്യമുണ്ടായിരുന്നെങ്കിലും തലേ ദിവസത്തെ അപേക്ഷിച്ച് ഒട്ടും എളുപ്പമായിരുന്നില്ല മടക്കവും.

തലേന്ന് കയറിയ വഴികൾ അതേ ആയാസത്തിൽ തന്നെ തിരിച്ചിറങ്ങി വല്ലവിധേനയും ഹെലാങ്ങ് എത്തിയപ്പോഴാണ് നേരിയ ആശ്വാസം തോന്നിയത്. ചതുർധാമങ്ങളും പഞ്ചകേദാരങ്ങളും പഞ്ചപ്രയാഗുകളും മാത്രമല്ല പഞ്ച/സപ്ത ബദ്രിയുമുണ്ടെന്ന് ഇതിനകം ചേട്ടൻ മനസ്സിലാക്കിയിരുന്നു. യാത്രാപഥത്തിലോ സമീപത്തോ തന്നെയുള്ള അവ കൂടി ദർശിച്ച് അനുഗ്രഹം വാങ്ങണമെന്നുള്ള ചേട്ടന്റെ ആഗ്രഹത്തെ എതിർക്കാൻ തോന്നിയില്ല. ആദ്യത്തേത് വൃദ്ധ ബദ്രിയാണ്. ജോഷിമഠ് എത്തുന്നതിനു മുൻപ് ഇടതു വശത്തു കുറച്ചു താഴെയായി ഗ്രാമത്തിനുള്ളിലാണ് ക്ഷേത്രം. വഴിയുടെ തുടക്കത്തിൽ തന്നെ ക്ഷേത്ര ഐതിഹ്യം രേഖപ്പെടുത്തിയ ബോർഡ് സ്ഥാപിച്ചിട്ടുണ്ട്. അതിൻപ്രകാരം, നാരദമഹാമുനി ഇവിടെ മഹാവിഷ്ണു പ്രീതിക്കായി തപസ്സനുഷ്ഠിക്കുകയും അതിൽ പ്രീതനായ ഭഗവാൻ വൃദ്ധ രൂപത്തിൽ മഹർഷിക്കു ദർശനമേകുകയും ചെയ്തുവത്രേ. ദേവശിൽപ്പിയായ വിശ്വകർമാവ് ആ രൂപത്തിൽ തന്നെ ബദരിനാഥന്റെ വിഗ്രഹം നിർമിച്ച് അവിടെ, അനിമത്ത് ഗ്രാമത്തിൽ, പ്രതിഷ്ഠിക്കുകയും ചെയ്

തുവെന്നാണ് വിശ്വാസം. കലിയുഗാരംഭത്തിലെ പ്രളയത്തിൽ ക്ഷേത്രം ഒഴുകിപ്പോകുന്നതുവരെയും ഭഗവാൻ ബദരിനാഥന്റെ വാസം അനിമത്ത് ഗ്രാമത്തിലായിരുന്നു. എട്ടാം നൂറ്റാണ്ടിൽ കേരളത്തിൽ നിന്നു ശങ്കരാചാര്യർ എത്തിയാണ് നാരദകുണ്ഡിൽ നിന്നു വിഗ്രഹം വീണ്ടെടുത്ത് പുനഃപ്രതിഷ്ഠ നടത്തിയത്. ബദരിനാഥനെയും പഞ്ചകേദാരങ്ങളിലെ മഹാദേവാലയങ്ങളെയും വീണ്ടെടുത്തതും അദ്ദേഹം തന്നെയായിരുന്നല്ലോ! ചെറിയ വലുപ്പമുള്ള കോൺക്രീറ്റ് നിർമിതമായ ക്ഷേത്രത്തിൽ തിരക്കുണ്ടായിരുന്നില്ല. ചതുർധാമ യാത്രയ്ക്കെത്തുന്ന ഭക്തർ ഇവിടവും സന്ദർശിക്കുന്നു. തൊഴുത് മടങ്ങി ജോഷിമഠിൽ ഇറങ്ങാതെ ബദ്രിയിലേക്കു തിരിച്ചു.

തലേന്നു തകർത്തു പെയ്തതിന്റെ ക്ഷീണത്തിലായിരിക്കണം മഴ പതുങ്ങി നിന്നു. ക്ഷീണം മാറ്റി ഉച്ചയ്ക്കു ശേഷം കൂടുതൽ ശക്തിയോടെ എത്തുമെന്ന ഭീഷണഭാവം മുഖത്തുണ്ടായിരുന്നു. മലയിടിച്ചിൽ കാരണം പലേടത്തും വഴി മുടങ്ങിയിരുന്നു. ബൈക്ക് ആയതിന്റെ ആനുകൂല്യം ഇത്തരം ഇടങ്ങളിലാണ് അനുഭവവേദ്യമാകുക. കല്ലും മണ്ണും വീണടഞ്ഞു പോയ പാതകളിൽ അവശേഷിക്കുന്ന ഇടങ്ങളിലൂടെയും കടന്നു പോകാം. ചെളിക്കുണ്ടുകൾ കടുത്ത ഭീഷണിയാണെന്നു മാത്രം.

അത്തരം നിരവധി തടസ്സങ്ങൾ കടന്ന് വേണം കർണ്ണപ്രയാഗിലെത്താൻ. അളകനന്ദ, ധൗലിഗംഗയുമായി സംഗമിക്കുന്ന സ്ഥലമാണ് കർണ്ണപ്രയാഗ്. നാരദമഹർഷി വിഷ്ണുഭഗവാനെ തപസ്സു ചെയ്ത് അനുഗ്രഹം വാങ്ങിയതിവിടെയാണ്. സ്ഥലമഹിമയെഴുതിയ ഫലകമുണ്ട്. ഒരു ചെറു ക്ഷേത്രം, ഏതാനും ചെറുകടകൾ, വിശ്രമിക്കുവാനും ദേഹശുദ്ധി വരുത്തുവാനുമുള്ള സൗകര്യം തുടങ്ങിയവയുണ്ട്. മറുതീരത്തെ ബന്ധിപ്പിച്ചു കൊണ്ട് ഇരുമ്പ് പാലം. താഴെ കടവിൽ ഒരു ശവസംസ്കാരം നടക്കുകയായിരുന്നു. പുരോഹിതനുൾപ്പെടെ ഏതാനും ചിലർ മാത്രമേയുള്ളു. അകലെ നിന്നു വന്നവരായിക്കണം. ആത്മാവിനെ മോക്ഷമാർഗ്ഗത്തിൽ എത്തിക്കാനുള്ള എളുപ്പവഴിയാണല്ലോ ഗംഗ.

വീണ്ടും കയറ്റമാണ്. മലകളുടെ പള്ളയിൽ പറ്റിച്ചേർന്ന് റോഡ് മുകളിലേക്ക് പുളഞ്ഞു കയറുന്നു. പൈൻ മരങ്ങൾ കുറ്റിച്ചെടികൾക്കും പതുക്കെ പുൽമേടുകൾക്കും വഴിമാറിത്തുടങ്ങി. മുകളി

ലേക്കു കയറിയ റോഡ് വീണ്ടും അളകനന്ദാ തീരത്തേക്ക് ഇറങ്ങിയിരിക്കുന്നു. ഗോവിന്ദ് ഘട്ട്, ഹേംകുണ്ഡ് സാഹിബിലേക്കും വാലി ഓഫ് ഫ്ളവേഴ്സിലേക്കുമുള്ള വഴി ആരംഭിക്കുന്നത് ഇവിടെനിന്നാണ്.

ശംഭോ! മഹാദേവ.

അവിടേക്കു പോകാനായി വീണ്ടുമൊരിക്കൽ വരാം. ഇപ്പോൾ മുൻ നിശ്ചയിച്ച മടക്കയാത്രക്കു മുമ്പ് രണ്ടു ദിവസങ്ങൾ മാത്രമാണ് അവശേഷിക്കുന്നത്.

ബദ്രീനാഥ് ഒരു വലിയ ടൗൺഷിപ്പാണ്. ഭക്തരും മലകയറ്റക്കാരും കച്ചവടക്കാരും മറ്റനേകം തൊഴിലുകളിൽ ഏർപ്പെട്ടവരും നിറഞ്ഞ് വർഷത്തിൽ ആറുമാസത്തോളം എപ്പോഴും തിരക്കായിരിക്കും. പിന്നീട് കോവിഡ് മഹാമാരിയുടെ ചെറിയ ഇടവേളയിൽ ഏറെക്കുറെ ആളൊഴിഞ്ഞും ഇതേയിടം കാണേണ്ടി വരുമെന്ന് അന്നു ഞാൻ അറിഞ്ഞിരുന്നില്ല.

വഴിയോരത്തെ പേരില്ലാത്ത ഒരു ലോഡ്ജിൽ ചുരുങ്ങിയ വാടകയ്ക്ക്, ഈർപ്പം തളം കെട്ടി നിൽക്കുന്ന ഒരു മുറി കിട്ടി. ബാഗുകൾ വച്ച്, ബൈക്ക് ലോഡ്ജുടമയും സഹായികളും നിർദ്ദേശിച്ച ഒരിടത്ത് ഒതുക്കി വച്ച് ബദ്രീനാഥനായ മഹാവിഷ്ണുവിന്റെ സന്നിധിയിലേക്കു നടന്നു. വഴിയുടെ ഇരുവശവും കച്ചവട സ്ഥാപനങ്ങളും ഭക്ഷണശാലകളും മറ്റും കൊണ്ട് നിറഞ്ഞിരുന്നു.

അളകനന്ദയുടെ അക്കരെ ബദ്രീധാമം അതീവ പ്രഭ ചൊരിഞ്ഞു നിന്നു. പിന്നിൽ ഉന്നതങ്ങളായ അനേകം കൊടുമുടികൾ കോട്ട തീർത്തു നിൽക്കുന്നു. നദിക്കു കുറുകെയുള്ള പാലത്തിലൂടെ അക്കരേക്കു നടന്ന് പടികൾ കയറി ദർശനത്തിനായുള്ള വരിയിൽ സ്ഥാനം പിടിച്ചു. നല്ല തിരിക്ക്. ശ്രീകോവിൽ നടയിൽ അധികം നിൽക്കാൻ അനുമതിയില്ല. കിട്ടിയ ചുരുങ്ങിയ സമയം കൊണ്ട് തിളങ്ങുന്ന പട്ടുടയാടകൾ ചാർത്തിയ സർവാഭരണ വിഭൂഷിതനായ സർവേശ്വരനെ വണങ്ങി. ആദി ശങ്കരന്റെ നാട്ടിൽ അദ്ദേഹം കാൽനടയായെത്തിയ ഇടത്തേക്ക് പതിമൂന്ന് നൂറ്റാണ്ടുകൾക്ക് ശേഷമിതാ ഞങ്ങൾ എത്തിയിരിക്കുന്നു.

പ്രണാമം ജഗത് ഗുരുവേ!

ഒന്നു കൂടി തൊഴുത് ഞങ്ങൾ പുറത്തിറങ്ങി. പാലത്തിനു തൊട്ടു താഴെയാണ് വിസ്തൃതമായ ചൂടു നീരുറവ. കുളിക്കാനായി

പ്രത്യേകം സൗകര്യങ്ങൾ. ഭക്തർക്ക് ഒഴിവാക്കാനാകാത്തതാണ് നല്ല ചൂടുള്ള, സൾഫർ മണമുള്ള ആ വെള്ളത്തിലെ കുളി. വല്ലാത്തൊരു അനുഭവമായിരുന്നു അത്.

രാവിലെ അഞ്ചരയ്ക്കു ഡൽഹിൽ നിന്നാണ് വിമാനം. മടക്കയാത്രയ്ക്ക് അധികനേരമില്ല. പഞ്ചകേദാരങ്ങളും സന്ദർശിച്ച അനുഭൂതി മനസ്സിനെ മഥിക്കുന്നുണ്ടായിരുന്നു. അറിയാതെ ഭഗവദ് നാമം മനസ്സിൽ മുഴങ്ങി നിന്നു, ശംഭോ മഹാദേവ!

ഇറക്കം ഇറങ്ങുമ്പോൾ ബുള്ളറ്റ് റിസർവ് ആയത് പരിശോധിച്ചപ്പോഴാണ് കണ്ടത്, പെട്രോൾ ഇറങ്ങുന്ന കുഴൽ ഊരി കിടക്കുന്നു. ലോഡ്ജിനു സമീപത്തെ പാർക്കിംഗ് സ്ഥലത്തു വച്ച് ആരോ പെട്രോൾ ഊറ്റിയിട്ടുണ്ടാവണം. നിർത്താതെ പെയ്യുകയാണ് മഴ. എവിടെയെങ്കിലും വിശ്രമിക്കാനായി കയറിയാൽ വിമാനം നഷ്ടപ്പെടും. അതു കൊണ്ടു തന്നെ ഏകദേശം ഇരുപത്തിനാലു മണിക്കൂർ തുടർച്ചയായി വണ്ടി ഓടിച്ചു. പിറ്റേന്നു രാവിലെ അഞ്ചരയ്ക്കു ഡൽഹിൽ നിന്നുള്ള വിമാനത്തിൽ കയറുന്നതു വരെ ഓട്ടപ്പാച്ചിലായിരുന്നു. മഹാദേവനെ വണങ്ങി, പഞ്ചകേദാരങ്ങളെ വണങ്ങി, ഹിമവാനെ വണങ്ങി, ഇനി നാട്ടിലേക്ക്.

ശംഭോ മഹാദേവ!